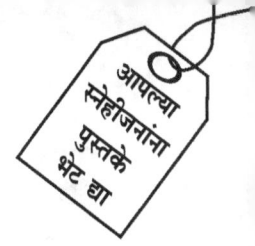

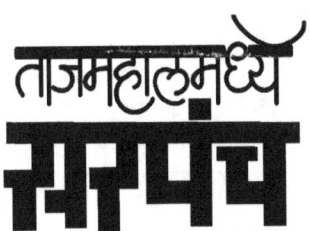

ताजमहालमध्ये सरपंच

I0678657

शंकर पाटील

मेहता पब्लिशिंग हाऊस

TAJMAHALMADHYE SARAPANCH by SHANKAR PATIL
ताजमहालमध्ये सरपंच : शंकर पाटील / कथासंग्रह

© सुरक्षित

मराठी पुस्तक प्रकाशनाचे हक्क मेहता पब्लिशिंग हाऊस, पुणे.

प्रकाशक : सुनील अनिल मेहता, मेहता पब्लिशिंग हाऊस,
१९४१ सदाशिव पेठ, माडीवाले कॉलनी, पुणे - ४११०३०.

मुखपृष्ठ : देविदास पेशवे

प्रकाशनकाल : १४ जानेवारी, १९७७ / ऑक्टोबर, १९८२ /
१ जानेवारी, १९९१ / सप्टेंबर, २००७ / फेब्रुवारी, २००८ /
नोव्हेंबर, २००८ / नोव्हेंबर, २००९ / जानेवारी, २०११ /
फेब्रुवारी, २०१२ / मार्च, २०१३ / एप्रिल, २०१४ /
सप्टेंबर, २०१५ / जानेवारी, २०१७ /
पुनर्मुद्रण : डिसेंबर, २०१८

P Book ISBN 9788177668698
E Book ISBN 9788184988482
E Books available on : play.google.com/store/books
www.amazon.in/b?node=15513892031

चि. राणी व इच्छा
यांना

कथानुक्रम

ताजमहालमध्ये सरपंच

बाईच्या घरातनं सरपंच उठले आणि तडक हिंगमिऱ्याच्या हिकमतीकडे आले. हिकमती अंगणातच बाजलं टाकून पाय हालवत बसला होता. तो त्यांचीच वाट बघत होता. सरपंचाला बघितल्या बघितल्या तो मोठ्याने म्हणाला, ''या जेसिंगराव, लई अंधार केला?''

जवळ येत सरपंच म्हणाले, ''जरा झाला टाईम...'' हिकमती हसून बोलला, ''मग बसा की आता. टेका बूड. का तिथं बसून बसून कट्टाळा आला?''

ह्या गोड मस्करीनं सरपंचांचा चेहरा जरा उजळला. ते दोन्ही पाय वर घेऊन बाजल्यावर बसले आणि जेवायला बसल्यागत आलकट पालकट मांडी घालून म्हणाले, ''घ्या दोन गलास...''

''आणि हो?''

''आणि काय... बाटली घेऊनच आलोय!''

''नारिंगी?''

''न्हाई मोसंबी...''

ह्यावर हिकमती हसून म्हणाला, ''बाकी काय म्हणा, मोसंबी तुमाला वशच बगा!''

''म्हंजे?...''

बाजल्याखालनं दोन ग्लास काढत हिकमती बोलला, ''आता काय ती कविता हाय व्हय, तवा त्याचा अर्थ सांगू? मुसुंबं तुमच्या हातात आणि अर्थ मला इचारता व्हय?... वता वता ह्यात...''

अगदी खुशीत येऊन शीळ घालत त्यांनी बाटलीचं टोपण काढलं. हिकमती म्हणाला, ''शीळ घालाय लागलाय... अर्थ कळला जणू!''

ग्लासात ओतत ते म्हणाले, ''म्हंजे ह्ये धागा तिकडं न्हेऊन भिडीवला म्हणा!''

''घ्या, आधी घ्या...''

एक-दोन घोट पोटात गेल्यावर सिगरेट पेटवत सरपंच म्हणाले, ''हिकम्या, गड्या, कायतरी शक्कल काड.''

''कसली?''

''म्हम्मईला घेऊन चला म्हंती रं!''

''ए शाबास !'' असं म्हणून तो बोलला, ''ह्याला म्हनायची बाई! करायचं तर साधं न्हाई... एकदम मुंबईपतूर वरात... हे ऽऽ जाऊन धडाकलं पायजे बंदराला!''

ग्लास रिकामा करून सरपंच म्हणाले, ''सपीव, कर रिकामा.''

''अहो, तुमी पेटलाय...आमचं काय?'' असं म्हणून त्यानं ग्लास रिकामा केला. ग्लास भरत सरपंच म्हणाले,''मग काड की काय तरी शक्कल.''

''आत शक्कल तुमी काडलीयाच की! मी आणि काय करू?''

''तसं न्हवं.'' असं म्हणून ते बोलले,''आपल्या पदराला खार न बसता जाऊन आलं पायजे आणि कायतरी कारान काडलं पायजे, न्हाईतर उगाच बोंब हुईल!''

''व्हय, बाईला घेऊन सरपंच पळालं असं नको.''

''कसं बोल्लास?''

जरा विचार केल्यागत करून हिकमती म्हणाला, ''काय तरी अधिवेशन काडा की हो...''

''कांग्रेसचं व्हय?''

''ते झालं हो परवाच; न्हाईतर लांब जाता आलं असतं बगा जोडीनं... बॅज ते लावून!''

''मग आत कुटलं अधिवेशन काडू? माझी तर काय मती चालत न्हाई... काड काय तरी शक्कल.''

हिकमती तसा साधा नव्हता. त्यांच्या अंगात नाना कळा होत्या. गडी पैशानं डेंगला होता; नाही तर साखर कारखानाच काढून दाखवला असता! भल्याभल्यांना सुचायचं नाही, असं एकेक पिल्लू तो डोक्यातनं काढायचा! जयसिंगराव सरपंच झाला होता; पण त्यांचा वाटाड्या हाच होता. कुणाच्या पायात साप सोडायचा, कुणाला डब पाडायचं, कुणाला कसं आवदी घालायचं, कुणापुढं गाजर धरायचं ह्या सगळ्या कला हिकमती शिकवायचा आणि त्याच्या तालावर सरपंच आणि बाकीची अस्वलं नाचायची. असा हा हिकमती फक्कन हसून म्हणाला,

''असं करा की....''

''कसं, कसं?''

सरपंच पुढं झुकून त्याच्या तोंडाकडे टक लावून बसले आणि तो म्हणाला, ''आपल्या शाळेच्या इमारतीसाठी फंड जमवायला लागलोय का न्हाई?''

"व्हय... मग?"

"मग त्याचं असं करायचं. मुंबईला जाऊन एक डान्सिग पार्टी आणायचं काम काडायचं... एकदम आशा पारेख अँड पार्टी! न्हाईतर आपल्या लताबाईचं गाणं... लता मंगेशकर नाईट!"

"नाईट?"

"हं हं नाईट... म्हंजे राच्चा कार्यक्रम"

"येतील?"

"शाळंच्या मदतीसाठी येतील की... काय पाचदहा हजार द्याचं हो."

सरपंच हबकून म्हणाले,"पाच-धा हजार?"

"मग?" असं म्हणून तो बोल्ला, "जेसिंगराव, कुटं हाय तुमी? धा हजार दिलं म्हणून काय झालं? टकरा लावायच्या झाल्या तर दोन-दोन हजार बैलासनी देतो; मग बाईला धा हजार जास्त झालं? पन्नास-साठ हजार माणूस येतं कार्यक्रमाला! रुपाया, दोन रुपयं, पाच रुपयं तिकीट लावलं म्हंजे काय होईल उत्पन्न? सरासरी पन्नास हजाराला गुणा की तीनीनं..."

"अ ब ब ब ऽऽ"

"काय ब ऽऽ ब ऽऽ ब ऽऽ? एका रातीत दीड लाख गोळा होत्यात! निदान लाख पाऊण लाखाला मरान न्हाई बगा. अहो, मी स्वत: बघितलंय. बोलवा आशा पारीख अँड पार्टी, न्हाईतर आपल्या जयश्री गडकरला बोलवा डान्सला आणि बघा कसा भरतोय उरूस!"

"असं म्हणतोस?"

"मग? आणि शाळेचं काम काडल्यावर बाईलाबी संगं न्हेता ईल हो. चार रोज ताजमहालमध्ये उतरा आणि करा की जिवाची मुंबई?"

"आमी दोघंच?"

"तर तिसरा आणि कशाला?"

"छे, लेका!" असं म्हणून सरपंच बोलले, "दोघंच गेल्यावर गावाला संशय बादल... आणि तू पायजेच संगं बाबा, बरोबर कोण शानं नको काय?"

"मग असं करू..."

"कसं?"

"पंचायतीची सभा भरवा. त्यात हे मांडू आणि शिष्टमंडळाचं कलम काडायचं बगा. सरपंच म्हणून तुम्ही आला आणि शाळेतर्फे बाई आलीच."

"शिवाय बाईला भेटायला जायाचं तर संगं कोणी तरी एक लुगडं पायजेच."

"अस्सं! आणि अशा कामात मी पायजेच असं म्हणा आणि माझं नाव सुचवा. मी एक शेड्यूलकास्टचं नाव सुचतो. आपला हाय की सरावण्या म्हार."

“त्यो आणि कशाला?”

“तुमाला कळत न्हाई” असं म्हणून तो बोलला,“आहो, आपण तिघंच गेलो; तर त्रिकूट गेलं म्हणतील! कुणी खुसपट काडाय नको आणि शिवाय ट्रंकाबिंका उचलायला, पानपट्टी ते आणायला असू द्या की कोण तरी एक बरोबर..”

टाळी देत सरपंच बोलले, “हे आमच्या टाळक्यातच आलं न्हाई बग! ह्या पायी तू पायजेस संगं...”

“वता, वता जरा” असं म्हणून त्यानं ग्लास पुढं केला. बाटलीतलं ग्लासात ओतत सरपंच म्हणाले, “आणि खर्चाचं कसं करायचं?”

“आपल्या पदराला खार लावून घ्याची न्हाई नव्हं?”

“तेच म्हंतो मी...”

“घरचा एक नया पैसा घ्याचा न्हाई बगा! शाळेच्या बांधकामासाठी साताट हजार जमलाय न्हवं फंड? घ्याचं दोन हजार त्यातलं...”

“आणि ती पार्टी जमली न्हाई तर?”

“कुटली?”

“ती काय आशा पारीख का बारीक....”

तोंडाकडे टक लावून बघितल्यागत करून तो म्हणाला, “तुमी बाईला घेऊन हनीमून करनार का तिच्या मागनं हिंडणार?”

“ते जाऊन भेटाय नको?”

“अहो, एकाला चार रोज ऱ्हायाचं, चौपाटी ते जरा फिरायची, सिनेमा फिनेमा बगायचा आणि पार्टी जमली न्हाई म्हणून माघारी याचं...”

“तसंच हात हालवत?”

“आमी हात हालवत येऊ... तुमी का? तुमी हातात हात घालून या. तुमचं काय हो! मुसंब्याचं धनी तुमी!”

“मग असा बेत आखायचा म्हंतोस?”

“हं बगा! उद्या सभा बोलवा... गावानं गळ्यात हार घालून निरोप द्याला पायजे! लाख - दीड लाखाचं गाजार बांधायचं बगा नाकासमोर...”

.... हिकमतीनं काढलेलं हे कलम सगळ्या गावकऱ्यांनी उचलून धरलं. आखणी केल्याप्रमाणं शिष्टमंडळाची योजना झाली. सरपंच, त्यांची बाई, हिकमती आणि सरावण्या असं हे चौघांचं शिष्टमंडळ डान्सिंगपार्टीचा कार्यक्रम ठरवायला मुंबईला निघालं. निवडक काही गावकरी निरोप द्यायला स्टेशनवर आले होते. गाडी आली तेव्हा गावकऱ्यांनीच ट्रंका उचलून आत ठेवल्या. घाईघाईनं सरपंचांच्या गळ्यात हार घातले. “काम फत्ते करून या” म्हणाले. पै-पैचा हिशेब करणारा

तवनाम मगदुमही गाडी सुटताना म्हणाला, "शक्यतो आशा पारीखचं जमवा... हजार-दोन हजार काय मागंफुडं बगू नका... मैदान फुल्ल करू... त्यात कसर काडता ईल."

गाडीनं शिटी दिली. निरोप घेत सरपंच म्हणाले, "बराय मंडळी... येतो..."

"या, या" म्हणत लोक हात हलवत उभे राहिले. गाडी सुटली, तसा हिकमती म्हणाला, "हालवा हात, हालवा, हालवा..."

... गाडी एकेक स्टेशन मागे टाकत दादरजवळ आली, तेव्हा हिकमती हसून म्हणाला,"जेसिंगराव, आत तरी काडा की गळ्यातला हात. किती झोपेचं सोंग घेऊन असं अंगावर कलायचं? उघडा डोळं...."

सरपंचांनी आळस दिल्यागत करून बाईच्या खांद्यावरचा हात काढला. शेवंताबाईंनीही ओळोखेपिळोखे दिल्यागत करून पदर सावरला. तोंडावर आलेल्या केसांच्या बटा कानामागं गुंतवल्या आणि डोळ्यांची उघडझाप करीत एक जांभई देऊन त्या म्हणाल्या, "आली का हो मुंबई?"

"मग काय तर ही.... मुंबईतच शिरलोय की, हे दादर आलं बगा."

"आणि मुंबई?" असं म्हणून खुळा सरावण्या हिकमतीच्या तोंडाकडं बघत राहिला.

"आता ह्याला नकाशा घेऊन शाळा शिकवा बाई!" भूगोलाचा धडा शिकवावा तशी बाईनं ऐकीव माहिती दिली. मध्येच फक्कन हसून हिकमती म्हणाला,"सरपंच, अहो शिष्टमंडळाचे नेते... आता काडा की त्यो गळ्यातला हार! कुसकरून कुसकरून काय ऱ्हायलंय त्या फुलांतनी आता? फुलं सगळी कोळपली राव! काडा काडा... लोकांनी आणि बगाय नको... हसतील."

गाडी व्ही.टी. स्टेशनात शिरली. हिकमती हात-पाय तणावून बोलला, "चला, आली मुंबई, सामान आवरा..."

गाडी उभी राहिल्याबरोबर माणसांचा लोंढा सुरू झाला. खुळा सरावण्या फलाटाकडे बघत म्हणाला, "अबा बा बा बा! काय हो माणूस हे ! कुठलं एवढं पॅव फुटलंय? एक समुंदर पसरावा तशी मानसंच मानसं की हो ही ऽऽ... छे, छे, छे...."

"ए छे, छे! सामान उचल आधी... घे ही ट्रंक...."

"का, हमाल बगत न्हाई?"

"हिकमती ट्रंका डोक्यावर देत म्हणाला, "लेका, शाळेचा फंड हमालीत घालतोस का? लोकांनी दिलेल्या देणग्या हैत बाबा त्या ऽऽऽ!"

सगळ्यांच्या ट्रंका त्याच्या डोक्यावर देऊन तो म्हणाला, "हं, चला आता आमच्या मागनं...."

त्या तिघांच्या तीन ट्रंका, त्याची स्वत:ची एक वळकट आणि काही पिशव्या एवढं सगळं सामान त्या एकट्याच्या डोक्यावर ठेवलं आणि त्या ओझ्यानं सरावण्या खालीच वाकला. कसंबसं एक पाऊल टाकून म्हणाला, "सगळं झालं का ठेवून? का अजून काय हाय?"

"झालं, चल..."

"बगा अजून काय ऱ्हायलं असलं तर!"

"काय न्हाई, चल"

"नग सगळं मोजून बघा."

"बगितलं..."

"वाटल्यास अजून कोन पाटकुळीवर बसत असला तर बसा..."

"आत गप चल तू..." असं म्हणून हिकमती पुढं झाला. त्याच्या मागोमाग सरपंच आणि बाई निघाल्या आणि सरावण्या कुचमत पाय उचलू लागला. माणसांच्या त्या लोंढ्यात तो मागे रेंगाळला, की हिकमती जरा थांबून म्हणायचा, "अरं, उचल की पाय लवकर.

"अहो, पाय उचलाय नको काय जी?" असं म्हणून तो उभा राहून जरा उसासा टाकायचा आणि तगादा लावत हिकमती बोलायचा, "अरं, टॅक्सी मिळाय पायजे... लवकर चल; न्हाईतर हाटेलापतूर असं चालावं लागलं.... पासा मैल!"

हबकून जाऊन तो पुन्हा नेटानं पाय उचलायचा. होय, पुढचं आणि ते मरण नको!

फलाटावरून स्टेशनाच्या बाहेर पडायलाच त्यांना अर्धा तास लागला. हे शिष्टमंडळ एका टॅक्सीजवळ आलं. बाईला चिमटा काढून सरपंच हिकमतीला म्हणाले, "चांगलं झकास हाटेल काडा बरं का... पेशल दोन रूम घ्याच्या..."

"अहो, ड्रायवर साहेब," असं म्हणून हिकमती त्याला म्हणाला, "आमाला हाटेलात घेऊन जायाचं..."

"कहां?"

"कहां व्हय, हे बगा, हे साखर कारखानदार ते बडं बडं लोक आलं म्हंजे कुटं उतरत्यात, तिथं जायाचं बगा. चांगलं झकास हाटेल पायजे. मग कुठं न्हेता?"

तो बोलला, "उबेराय...."

"अहो, आमी उबा तर हायच!"

"नाम हाय हाटेलका– उबेराय, उबेराय!"

"हे न्हाई पायजेल हाय" असं म्हणून हिकमती म्हणाला, "अजून नावं सांगा."

“ग्रँड होटेल चलेगा?”

“धी ग्रँड सरकस तेवडी आमाला म्हायती हाय; हाटेल काय ऐकण्यात न्हाई...”

“कोईबी फाईव स्टार, थ्री स्टार...”

“ए ऽऽऽ सिगरेटची काय नावं घेतोस?” असं म्हणून हिकमतीच बोलला, “ऐसा करो, चलो हॉटेल ताजमहाल...” त्याबरोबर बाईच्या हाताला लगट करत सरपंच म्हणाले, “हां, हे ऐकण्यात हाय... जगाला सांगता आलं पायजे. ताजमहालमधी उतरलो होतो!” सरावण्या म्हणाला, “आता आवरा जी लवकर, हे सामान ठेवून तर बोलत बसा... मला मरायची पाळी आली!”

टॅक्सी ताजमहालपुढे येऊन उभी राहिली. शिष्टमंडळ खाली उतरलं. एका बाजूचा तो भव्य ‘गेट वे ऑफ इंडिया’, चमचमणारं, हेलावणारं ते समुद्राचं निळं पाणी आणि समोर राजवाड्यासारखं हॉटेल बघून सरपंच आणि बाई यांची तहानभूकच हरपली! सरपंच कानात म्हणाले,“कसं हाय हाटेल?”

“माझ्या तर डोळ्याचं पार्ण फिटलं बगा आज!”

“केली का न्हाई विच्छा पुरी?” यावर न बोलता बाईनंच त्यांना एक चिमटा घेतला. एवढ्यात सरावण्या म्हणाला, “अ बा बा बा! हे हाटेल हाय?”

“तर काय मग?”

“अहो, आपल्या राजवाड्यापरास दांडगं हाय की हो हे!”

हिकमती त्याला बोलला, “आधी तोंड मीट... माशी जाईल.”

“बगा की हो जी ऽऽ कसला राजवाडा म्हनायचा ह्यो! आणि कोण राजा ऱ्हात असंल ह्यात?”

“आता आपुन आलोय न्हवं ऱ्हायाला?... उचला सामान... आटपा लवकर, घे ही ट्रंक...”

पुन्हा सगळं ओझं डोक्यावर देऊन शिष्टमंडळ त्या ताजमहालमध्ये घुसलं आणि नोकराचाकरांची गडबड उडाली. डोळा चुकवून लोणाऱ्यांची गाडवं एखाद्या बंगल्याच्या फाटकात शिरावी आणि बंगलेवाला अंगावर धावून जावा, तसे दोघे-तिघे एकदम सामोरे गेले. त्यांनी हिंदी-इंग्रजीत प्रश्नांची सरबत्ती केली. सरावण्याची तर गाळण उडाली. ते थरथरलं; त्याबरोबर एक ट्रंक वरनं खाली कोसळली. नकळत तो खाली वाकला आणि सगळाच बोजा ढासळला! त्याचे हातपाय लटपटू लागले. काळीज धाडधाड करू लागलं. भराभर आणखी नोकरचाकर गोळा झाले. त्यांनी हिंदी-इंग्रजीचा भडिमार सुरू केला. सरपंचही दबकले. शेवंतीबाई त्यांच्यामागे दडली आणि मिशीवर पीळ भरत हिकमतीच पुढं होऊन म्हणाला, “हे काय चाललंय यॅस फॅस? आत्ता ह्यांच्या! अरं मराठीत बोलनारं

कोन हाय का न्हाई? आमी उतरायला आलोय. साखर कारखानदार हाय साखर कारखानदार! कुनाला येतंय का न्हाई मराठी?''

त्यांच्या-त्यांच्यात काहीतरी कुजबूज झाली आणि पांढऱ्या धोट कापडातला कोणतरी एकजण अदबीनं येऊन समोर उभा राहिला. सलाम करून म्हणाला, ''जीऽऽ''

हिकमती हसून बोलला, ''हं, आता कसं छत्रपती शिवाजीच्या काळात गेला एकदम! अरं, एवडी आपली राज्यभाषा म्हराठी आणि महाराष्ट्राच्या राजधानीत एवडं मोटं हाटेल खोलून बसलाय आणि एकजन म्हराटी बोलत न्हाई. अरं, पुष्कळ मराठी मानसं बेकार हैत. नेमा त्यास्नी, घ्या कामाला लावून...'' असा हिकमतीनं जरा ताशेरा उडवला. सगळ्यांच्या जीवात जीव आल्यागत झाला आणि उलट नोकरचाकरच गडबडले. मॅनेजरपासून सगळे लोक गडबडल्यागत दिसले. मग अदबीनं समोर येऊन उभ्या राहिलेल्या त्या नोकराला हिकमती म्हणाला, ''तुला तर नीट म्हराटी कळतं का बाबा?''

''जी...''

''आम्ही चार दिवस हितं उतरनार हाय.''

''जी साब...''

''दोन पेशल रूम पायजेत जरा वरच्या. हवेशीर बगून द्याच्या. म्हाग असल्या तरी चालतील.''

''जी साब''

''नीट 'सा- एब' म्हन 'साब' काय? ते काय बाळासाब, बापूसाब न्हवं आमी.''

''जी साएब जी''

''हंगाशी! ... मग उचला सामान... बोलीव त्या यॅस फॅस सगळ्यांस्नी, जरा कापडांची मोडू द्या घडी त्यांच्या...''

''जी साहेब,... जरा बसावं आपण...''

''आता टेकायचं काय काडू नका... रास्सारी झोप न्हाई... लगेच जरा लवंडायचं बगा...''

''जी... करतो व्यवस्था.. एक पाच मिनिटं''

''पाच मिनिटं म्हणून जाशीला तिकडंच... आवरा लवकर... आटपा... देवानं पाय दिल्यात म्हणून त्यावर नुस्तं उभा ऱ्हायाचं न्हाई इटोबागत... जरा पळायला शिका.''

हिकमतीनं असा घायटाच उडवला. हां हां म्हणता सगळ्यांना कामाला लावलं. गोरा मिशनरीसाहेब खेड्यात गेल्यावर जशी खेडूत मंडळी भुलतात तशी हिकमतीची त्यांच्यावर छाप पडली. पाच-दहा मिनिटांत सगळी व्यवस्था

पूर्ण होऊन तो सेवक खाली येऊन म्हणाला, "चला साहेब..."

"एकाला दोन खोल्यांची व्यवस्था केलीया न्हवं?"

"एकाला दोन?"

"व्हय, दोन!"

"एकाला...?"

हिकमती हसून म्हणाला, "अरं, मग कसलं म्हराटी तुमाला येतं? एकाला दोन म्हंजे एका माणसाला दोन खोल्या न्हवं... एका खोलीऐवजी दोन खोल्या असा त्याचा अर्थ बाबा... आता आमी हाय तवर एक चार रोज शिकून घ्या!"

"जी साब..."

"पुन्हा 'साब' आला का?... बरं चला..."

"सेवक पुढे झाला. त्याच्या मागोमाग शिष्टमंडळ चाललं. लिफ्टमध्ये शिरताना सरपंचांनी हिकमतीच्या तोंडाकडं बघितलं. तो कचवचला नाही, हे बघून मग तेही आत शिरले. पाठोपाठ बाईही आत शिरल्या; पण सरावण्या गडबडला. तो म्हणाला, "सगळ्यांनी ह्या पिंजऱ्यात शिरून काय करायचं? तिथं माझं काय काम नसलं तर मी ऱ्हातो आपल हितंच जी."

हिकमती दरडावून बोलला, "आता येतोस का गप!"

मग कचवचत तोही आत शिरला. सगळे आत आल्यावर सेवकानं लिफ्टचं दार ओढून घेतलं आणि त्याबरोबर लिफ्ट वर जाऊ लागली. सरावण्या एकदम लटपटला. आधाराला कुणाला तरी धरून म्हणाला, "अहो, अहो हे काय झालं? सगळी खोलीच का अशी वर चाल्लीया? काय झालं बगा तरी ह्याला.... हिकमतराव, आहो इमानागत वर घेऊन चाल्लंया की जी हे!... मरतो त्यच्या आयला आता! कशाची म्हमई आन् कशाचं काय... ए ऽऽअरं ए ऽऽ अरं काय झालं हे ऽऽ... डोळं पांढरं झालं माझं ऽऽ..."

लिफ्ट वेगानं एकेक मजला वर जात होती आणि सरावण्याचं काळीज बंद पडायची वेळ आली होती! 'घाबरू नको, हा विजेचा पाळणा आहे' असं हिकमतीनं त्याला अनेक वेळा सांगितलं; पण त्याचा दंगा काही कमी होईना. पाण्यात बुडणारा माणूस वाचवणाऱ्याच्या गळ्याला मिठी घालतो, तशी अखेर त्यानं हिकमतीच्या गळ्याला मिठीच घातली. बाईनंही लगेच चान्स घेतला आणि आपले दोन्ही हात सरपंचांच्या गळ्यात घातले. पटकन् डोकं छातीवर टेकलं. पाल चिकटावी तशी ती त्यांना बिलगली. लिफ्ट अजून वर जातच होती. एक, दोन, तीन, चार असे किती तरी माळे खाली गेले आणि मग दर्रर्र असा आवाज होऊन लिफ्ट थांबली, त्याबरोबर सरावण्यानं एक किंकाळी फोडून विचारलं, "काय मोडलं काय जी? का बिघाडलं का काय, अहो काय झालं ऽऽ?"

एवढ्यात दार उघडलं. गळ्यातली मिठी सोडून सरावण्यानं उडीच बाहेर टाकली! गड्यानं बजरंगाच्या थाटात उड्डाण मारलं आणि थरथर कोकरागत कापत तो उभा राहिला. सगळे लोक बाहेर आले. सेवकानं त्यांच्या खोल्या दाखवल्या. एवढ्यात सरावण्या एकदम मोठ्यानं म्हणाला, ''आयला! आपुन कुठं आलोय जी! भोवंड आल्यागत झालीया जी... मला काय सुदराना झालंया बगा ऽऽ... आता खाली कसं जायाचं जी?''

हिकमती म्हणाला, ''जसं वर आलो तसं खाली जायाचं.''

''मग मेलोऽऽ!''

''का रं?''

''माझं पायतान खाली ऱ्हायलं की जी... ते आता कसं आणू?''

''आणि पायतान खाली का ठेवून आलास?''

''तर पायतान घालून या राजवाड्यात कसा येऊ?''

''थो ऽऽ तुझ्या!'' असं म्हणून हिकमतीनं विचारलं, ''आणि कुठं ठेवून आलास ते खाली?''

''आत शिरतानाचा भाईर काढून ठेवलं हो ते.''

''शाबास! जा आता बघून ए जा, हाय का गेलं?''

''पर कसं जाऊ?''

''जा की ह्या पाळण्यानं...''

''ह्या बिल्डिंगला जिना न्हाई व्हय? मग शिड्या तर हैत का?''

'''भले बहाद्दर! शिड्या लावून उतरायचं आणि शिड्या लावून चडायचं म्हनतोस?''

''मग काय करायचं तर?''

हिकमती बोलला, ''अरं जिना हाय; पर किती उतरनार आणि किती चडनार? शे-दोनशे पायऱ्या असतील! जातोस जिन्यानं?''

''कुटं आहे जिना?''

बोट करून तो त्याला म्हणाला, ''ह्यो बग जिना. थेट जा आणि थेट ये हं...''

पायताणाच्या आशेनं तो जिना उतरू लागला. एक, दोन, तीन, चार असे सात मजले तो खाली उतरला. जिना काही संपत नव्हता. रीळ उलगडल्यागत ते उलगडतच चालले! जिन्याखाली जिना, आणि पायऱ्याखाली पायऱ्या! माळच लागली — न संपणारी माळ... अखेर त्याचा धीर खचला. जिनेच जिने, आणि पायऱ्याच, पायऱ्या बघून डोळे फिरले. पायाखालच्या पायऱ्या संपतच नव्हत्या. त्याला वाटलं, ही काही तरी भुताटकी झाली आणि खाली उतरायचं सोडून

सरावण्या जो गर्रकन मागे फिरला, ते वर बघून पळतच सुटला. पुन्हा एक, दोन, तीन असे काही जिने चढून वर आला आणि माळा चुकला. धाडकन् दार उघडून भलत्याच एका खोलीत शिरला. बघतोय तर एक गोरंपान जोडपं एकमेकांच्या मिठीत! सरावण्यानं गपकन आपलं डोळे झाकले. त्यापावली तो तिथनं मागे फिरला आणि दुसऱ्या खोलीचं दार वाजवलं.... कुणी एक लेडी गोड हसून त्याच्याकडे बघतच राहिली. सरावण्यानं तिसरी खोली धडकली. एक बाबा आणि एक बाई दिवसा एका पलंगावर पडलेले. धाडकन दार वाजल्यावर उघड्या अंगानंच एक बाबा अंगावर आला आणि वस्सकन इंग्रजीत काहीतरी म्हणाला.... तिथनं सरावण्यानं जो पळ काढला, ते एका जिन्याच्या तोंडाशी येऊन मोठमोठ्यानं हाका मारत राहिला, "अहो हिकमतराव, अहो सरपंच, अहो गाववाले ऽऽ मी जिना चुकलो हो... खोली सापडनाऽऽ अहो ऽऽ.."

त्याच्या त्या आरडाओरड्यानं ताजमहाल सगळा दणाणला! जनावर उठवायला जंगलात हाके घालावेत तसं झालं आणि खोलीखोलीतून स्त्री-पुरुष बाहेर येऊन बघू लागले. कुणी फ्रॉक घातलेली, कुणी गाऊन घातलेला, कुणी बेदिंग सूटमधले तर कुणी कसे, कुणी कसे. ते चित्रविचित्र पोशाख आणि नाना तऱ्हेच्या वेशभूषा पाहून तो जास्तच गडबडला. अखेर नोकरचाकर गोळा झाले आणि कुणी तरी त्याला वर नेऊन सोडलं. तो कसाबसा धापा टाकत म्हणाला, "हिकमतराव, हितं सगळी भुताटकी हाय! जिनाच संपत न्हाई आणि चकवा झाला की राव मला!"

"म्हंजे तू खाली गेलाच न्हाईस?"

"वर आलो हे मिळवली! कशाचं खाली जातोय?"

"आणि मग पायतान?"

"ह्या मुंबईला अर्पन केलं असं समजायचं!"

सगळे हसू लागले आणि तो गंभीर होऊन म्हणाला, "आणि व्हयजी, हे कुटं आणलंय आमाला?"

"काय झालं?"

"आता काय सांगायचं..." असं म्हणून आजूबाजूचा कानोसा घेत तो म्हणाला, "अहो, हितं सगळ्या खोल्यांत जोडपीच कशी? एका खोलीत तर तोंडात तोंड घालून बसल्यालं!"

"तू एकदम आत गेलास?"

"मी घेतलं की गपकन डोळं झाकून! पर हे काय हाटेल हाय का आणि काय हाय? जावं त्या खोलीत त्योच धंदा! एक बाई तर मला घोळातच घेत होती. नुसती गॉड हसतच ऱ्हायली. येळच माझी बरी... मी सटाकलो; न्हाईतर अडकत हुतो!"

"शान्या, आता गप बस... तुला लागल्याला दम जाऊ द्या आणि मग बोल..." असं म्हणून हिकमतीनं बेल वाजवली; त्याबरोबर एक सेवक येऊन हजर झाला. त्याला बघताच सरावण्यानं विचारलं; "पायतान जाईल का भेटंल हो? तुमचा काय अनुभव?"

हिकमती त्याला डाफरत बोलला; "आता केलंय न्हवं अर्पन? मग गप बस..." असं त्याला गप करून हिकमतीनं नोकराला जवळ बोलावलं. आपल्या हाताचा अंगठा तोंडाजवळ नेत त्याला विचारलं, "ह्याची सगळी सोय हाय न्हवं?"

"हां साब... सब मिलेगा."

"जेवायच्या आदी जरा ठोकायचा इचार हाय... इंग्लिश मिळंल का?"

"हां. साब."

मग सरपंचाकडे बघत तो म्हणाला, "काय घेऊ या? व्हिस्की का रम?"

"कायबी मागवा की चार ठिकाणी..."

शेवंता कावरीबावरी होत म्हणाली, "चार ठिकानी कशाला?"

"जरा तीर्थ घेऊन बगा की!"

हिकमतीही बोलला, "एवढं ताजमहालमधी उतरलाय, हू द्या की उद्‌घाटन!... ए बाबा व्हिस्की आण चार ठिकाणी..."

"कौन्सी?"

"इंग्लीश, कोईबी लाव... एक अर्ध्या घंट्यानी बरं का.. तवर जरा तोंडबिंड धुतो आमी..."

बूड हालवत सरावण्या म्हणाला, "हितं सकाळी उठल्यावर तांब्या घेऊन जाण्याची सोय कुटं हाय जी?"

"म्हंजे तांब्या घेऊन शेतं बघत हिंडनार काय तू हितं?"

"तर मग कुटं जायाचं?"

"लेका, सगळी सोय खोलीतच हाय."

"कुटं हो?"

"ते दार उघडून बघ की."

त्यानं दाखवलेल्या दिशेनं सरावण्या गेला आणि बाथरूम-संडासचं दार उघडून म्हणाला, "छे राव! जैनांच्या बस्तीगत हितं सगळी पांढरी धोट फरशी हाय... हे देवघर असंल देवघर!"

"म्हंजे येनाऱ्यांनी हितं पूजा करत बसायचं म्हनतोस?"

यावरही सरावण्या बोलला, "अहो, बगा की कसं हितं निर्मळ हाय... एक छोटं सिंहासनबी दिसतंय बघा."

"त्या सिंहासनावरच बसायचं बग..."
"कशाला?"
"राज्य करायला!" असं म्हणून मग त्यानं सगळी माहिती दिली. सरपंच आणि बाईनंही ती लक्षपूर्वक ऐकली. त्यांना तरी कुठं एवढी सगळी माहिती होती?
सगळ्यांच्या आंघोळी फिंगोळी झाल्या. एवढ्यात एक ट्रे घेऊन वेटर आला. त्यात चार ग्लास आणि आडव्या ठेवलेल्या सोड्याच्या चार बाटल्या होत्या. त्या बघून सरपंच म्हणाले, "ह्यो सोडा कशाला आणलाय? हितं कुणाचं पोट दुकतंय बाबा? का ववाबी आणलायस बरोबर?"
वेटर बघतच राहिला.
सरपंचांनी ग्लास घेतला आणि टक्कन मारून ते म्हणाले,"घ्या लवकर..." सरावण्या ओठावर जीभ फिरवत बोलला, "ह्येत्यच्या कशाचं इंग्लिश!" सरपंच म्हणाले, "पांचटराव! मला वाटलं इंग्लिश म्हंजे काय तरी कडक असणार...."
सरावण्याही म्हणाला, "तेच मीबी म्हनत हुतो हो! काय साप चावल्यागत झेंडू फुटतोय काय की... पर कशाचा झेंडू? मुंगी चावल्यागत दिकून झालं न्हाई की..."
"आणि हे भातावर पळीनं तूप वाडल्यागत एवडं एवडं कुनाच्या नाकाला वास द्याला आणलंय? आख्खी एक बाटली आणून ठेव हितं."
"जी साब..."
"जाव. एक बाटली लाव फुल्ल! पर कोंची आणतोस?"
"जी ..कौनसी लावू?"
"लाव हातभट्टी की! हे इंग्लिश न्हाई पायजेल हाय."
वेटर चमकला. कसं सांगावं त्याला कळेना झालं. तो कसाबसा म्हणाला, "साब, खाली इंग्लिश मिलेगा!"
"मग जेवनाचंच आण... काय मिळंल जेवायला?" त्यानं मेनू पुढं केला. सरपंचांनी तो हिकमतीच्या हाती दिला.. मेनू न वाचताच हिकमती म्हणाला, "ऐसा करो, मुरगी लाव... मुरगी और डाळभात..."
"डाळभात?"
"हां हां चावल रे... चावल..."
"चावल नही मिलेगा साब."
"ताजमहाल में चावल नही मिलेगा? कॅ बात हाय?"
"बुधवार का दिन हाय.. साब..."
"आयला, माणसं शनवर ते करत्यात तशी आता हाटेलं वार कराया

लागली बरं का!... जा जा मग मुर्गी तेवडी आण...''

टेबलावर मांडून झाल्यावर वेटर सूचना द्यायला आला. सगळे उठले, पण शेवंताबाईंना जरा झेंडू फुटल्यागत झाला होता. तिला हाताला धरून सरपंचांनी खुर्चीवर बसवलं आणि समोरचे पदार्थ बघून सरपंच खवळले. आख्खी मुरगी आणून समोर ठेवली होती. ती पाहताच ते वेटरला म्हणाले, ''नुस्ती कोंबडी सोलून आणून समोर ठेवली व्हय? तिचं तुकडं करून आम्ही शिजवायचं? हितं काय चूल पेटवून सैपाक करायला आलो न्हाई! संगं बाई हाय ती सैपाकाची न्हवं.. चैनीला आलीया!''

हिकमतीलाही कसं समजावून सांगावं, हे कळेना झालं आणि सरावण्या म्हणाला, ''ह्यो पाव कशाला आणलाय? आम्ही काय च्या प्याला बसलोय व्हय हितं? भाकऱ्या आण चांगल्या चुलीवर शेकलेल्या! आणि रश्शाचं भांडं घेऊन ये ऽऽ...''

''मी सांगू का?'' असं म्हणून सरपंच म्हणाले, ''मुर्गी कॅन्सल करा. पाव हैत, मिसळ आण बाबा, मिसळ चार ठिकाणी...''

लगेच सरावण्या म्हणाला, ''पेशल आणा आणि शँपलच्या एकेक प्लेटी जादा दे...''

वेटर म्हणाला, ''यहां मिसळ नही मिलेगा...''

''भाकरी मिलेगा?''

''ओ बी नही मिलेगी साब.''

''अरं, मग हितं काय मिळतंय? मिसळ न्हाई, भाकरी न्हाई... ही मुर्गी असली आणून ठेवली! चला भाईरच जाऊन काय तरी खाऊन येऊ... '' असं म्हणून सरपंच उठलेही. लगेच बाई उठली. सगळेच असे उठले... ते जेवण तिथंच राहिलं. ही सगळी मंडळी ताजमहालमध्ये उतरून बाहेर जाऊन खमंग जेवून आली...''

दुसरी सकाळ उजाडली. चहाचा ट्रे आला. सरपंच वेटरला डाफरत म्हणाले, ''ए चाल्लास कुठं? आधी हितं ये ऽ ऽ... ती किटली फिटली ठेवून लगे निघालास व्हय? त्यो चहा करायचा कुणी? त्यात साकार घालायची कुणी? त्यो चमचा घालून ढवळत कोन बसायचं? आधी दोन कप चहा कर... कपबशी आमच्या हातात दे आणि पिऊन झाल्यावर लगेच घेऊन जा.''

वेटरनं चहा बनवला. त्यांच्या हाती कपबशी देऊन तो उभा राहिला. सरपंचांनी सहज विचारलं, ''केवड्याला रं एकेक कप चहा...''

त्यानं सांगितलेल्या बिलाचा आकडा ऐकून त्यांच्या चहाची सगळी चवच गेली. ते म्हणाले, ''आताच्या आता आमी रूम सोडनार हाय. आजवर झालेलं

आमचं सगळं बिल आण. चुकतं करून निघतो बाबा हितनं आधी!''

वेटर गेला आणि सरपंचांनी लगेच सगळ्यांना बोलावून एकत्र केलं. मीटिंगच घेतली. सरावण्या तर म्हणाला, ''असा पैसा खर्च करण्यापरास भाईर कुठं तरी धर्माशाळंत ऱ्हाऊ. ह्योच पैसा वाचवू आणि पोरास्नी कापडं-बिपडं, खाऊ ते काय तरी घेऊन जाऊ!''

सरपंचही म्हणाले, ''फुकटचा पैसा झाला म्हणून काय झालं? निष्कारणी खर्चायचा?''

ह्या सगळ्यांत हिकमती मात्र जरा नाराज होता. तो आपलं बोलला, ''जेसिंगराव, जिवाची मुंबई करायला आलाय आणि कशाला पैशाचा इचार करता? काय पदरचा खर्च हुतोय? बाईला घेऊन आलाय... हितल्या गाद्या बगा कशा हैत... बघा की हबका देऊन.... चेंडूगत वर उशी घेत्यात! ऱ्हाऊ चार दिवस... ऐका माझं... रेसफिस खेळू आणि मग पार्टीचं जमलं न्हाई म्हणून सांगत जाऊ...''

''पर मी बिल मागवलंयच हो. असं करू.... बिल बघू... असलं आवाक्यात, तर ऱ्हाऊ; नाहीतर मग पुणं-बिणं असं हिंडत हिंडत जाऊ की... काय शेवंताबाई?''

एवढ्यात सेवक बिल घेऊन आला. सरपंच म्हणाले, ''आधी आकडा सांगा...''

तो एक हजाराच्या घरातील आकडा ऐकल्यावर सरपंचांचे डोळे पांढरे झाले. न ऐकल्यागत केल्यासारखं करून सरपंचांनी पुन्हा विचारलं, ''काय म्हनला? किती?''

हिकमतीच बोलला, ''नऊशे त्र्याऐंशी रुपये, साठ पैसे...''

''आयला! ह्यापरास मग एक झकास सोन्याचा दागिना करून शेवंताच्या गळ्यात घातला असता की!''

हिकमती म्हणाला, ''म्हंजे साधारन रोजचं एक हजार धरायचं बगा हितं... बाटली ते धरून हं.''

लगेच सरपंचांनी विचारलं, ''त्या इंग्लिश बाटलीचं किती लावलंय बगा?...''

बिल बघून तो म्हणाला, ''बरंच लावलंय हो!''

''किती?''

''अडीचशे''

''आयला! पाच साडेपाच रुपयांत आमचं गटारात लोळून हुतंय! आणि ते अडीचशे रुपयांचं घेऊन, काय तोल तरी गेला आमचा, का काय झालं?''

सरावण्या बोलला,''ती किंमत ऐकूनच आता जरा चडाय लागलंय बगा मला!''

''हिकमतराव, आमी लंगोट टाकलं हुतं धुवायला त्याचं बी बिल आकारलंय

का बगा!''

शेवंताबाई बोलल्या, ''मीपण आतली एक चड्डी आणि अंगातली बॉडी टाकली होती...''

बिल तपासून वेटरनंच सांगितलं. त्याचंच भाषांतर करून हिकमती म्हणाला, ''लंगोट्याचा दीड-दीड रुपाया धरलाय.'''

''भले शाबास!'' असं म्हणून सरपंच म्हणाले, ''अहो, बारा आण्याची कोंबडी आणि सव्वा रुपयाचा मसाला झाला की हो ह्यो!''

''आमाला वाटलं– लंगोटा त्यो काय... बाकीच्या कापडाबरोबर देतील तसाच खळबळून... तर आठ आण्यांचा लंगुटा आणि त्याची दीड रुपयाची धुलाई....! आमाला ते बिलबी द्याला नको आणि लंगोटाबी नको!''

हिकमती म्हणाला, ''लंगोटा हितच ठेवायचा?''

''असू द्या की ताजमहालमध्ये!''

शेवतांनं विचारलं, ''आणि आमची चड्डी, बॉडी?''

''ती तरी कशाला सोडवून घ्याची? ह्यो असा दंड भरण्यापरास नवं इकत घेतलेलं परवडलं! चड्डी, बॉडी, लंगोटा हे सगळं लखलाभ करून निघू... काय कमी करत्यात का बघा बिल. आणि आधी.... आपुन दीड हजार घेऊन आलोय. त्यातलं हजार गेलं असं समजा. ऱ्हायलं पाश्शे... ते दुपारपतूर संपतील.. तिकिटाला पैसा ऱ्हाणार ऱ्हाई... उठा, उठा, आवराआवर करा आधी...'' असं म्हणून सरपंच आपली ट्रंक भरायला लागलेसुद्धा!

सगळं शिष्टमंडळ ताजमहालमधून बाहेर पडलं आणि शेवंताबाई एकदा नीट हॉटेलकडं बघून म्हणाली, ''बाकी काय का असंना, जन्माला येऊन आपण एकदा ताजमहालमध्ये उतरलो होतो, असं सांगायला तर झालं!''

भडकल्यागत करून सरपंच म्हणाले, ''अगं शेवंते, बोल्लीस ते बोल्लीस. पुन्हा बोल्लीस तर खबरदार! एवड्या पैशात तुला किती म्हैनं दुसऱ्या हाटेलात ठेवू? घेतीस रजा तीन चार म्हैन्यांची? कुठं ठेवू सांग... सातारा, सांगली, पुणं? बोल तू!''

''ते झालं हो'' असं म्हणून ती बोलली,''पर हितली सर तिथं कशी येईल? हितलं पलंग काय, गाद्या काय, उशा काय... नुस्तं गादीवर अंग टाकलं, की कोणतरी झेलतंय असं व्हायचं बगा!... ताजमहाल त्यो ताजमहाल!''

''म्हंजे मन रमलं होतं म्हण! अजून चार दिवस ऱ्हायचा इचार होता काय?''

ती लाजत मुरडत म्हणाली, ''पन तुम्ही राजी नव्हता की!''

''बोंबला!आता घाला मनगटावर आमच्या त्याल; आणि चला... उचला

लवकर पाय.''

चुकूनसुद्धा मागे न बघता सरपंच भराभरा पाय उचलून चालू लागले, त्या ताजमहालचं नाव नको असं त्यांना झालं होतं!

आणि नेमकं अशा वेळी विचारू नये तो प्रश्न सरावण्यानं त्यांना विचारला, ''मग आता त्या आशा पारीखचं काय करायचं?''

सरपंच खवळून म्हणाले, ''तुला लुगडं नेसवून नाचवायचं! गप्प चल की बाबा! ती तर काय साधी असंल? ह्या ताजमहालचा बा असंल ती! चल... गप ... बोलू नको.''

●

गॅदरिंगचा पाहुणा

व्याख्यान, परिसंवाद, स्नेहसंमेलन अशा गोष्टींपासून मी नेहमीच दूर राहात आलो आहे. सहसा अशी निमंत्रणं मी कधी स्वीकारत नाही. एक तर या असल्या गोष्टींची मला हौस नाही आणि त्या मला सोसतही नाहीत. जाण्या-येण्याचा ताप होतो. खाण्यापिण्याचे हाल होतात. पोटावर झालेले अत्याचार पुढे काही दिवस निस्तरावे लागतात. आपल्या दैनंदिन जीवनाचाही एक सूर लागलेला असतो; तो बिघडतो. सगळी घडीच विस्कटते; म्हणून सहसा या गोष्टी मी टाळतो. पण काही संस्था, काही व्यक्ती अशा असतात, की तिथं आपली काही मात्राच चालत नसते! गेल्या वर्षी असंच घडलं....

एका चित्रपटाच्या कामानिमित्त मी कोल्हापूरला गेलो होतो. दहा-बारा दिवस मुक्काम होता. कसा कुणास ठाऊक, माझ्या या वास्तव्याचा काहींना सुगावा लागला आणि माझ्या भागातल्या एका शाळेच्या स्नेहसंमेलनाचं एक निमंत्रण मला स्वीकारावंच लागलं. माझ्या कामाचं ओझं, वेळेची अडचण, प्रकृतीची तक्रार या सगळ्या गोष्टी सांगूनही काही उपयोग झाला नाही. पठाणानं येऊन दारात धरणं धरावं तसं त्यांनी केलं! "तुम्ही आमच्या भागातले... तुमच्यावर आमचा हक्कच आहे!" असा हक्क त्यांनी बजावला आणि नाइलाजानं अखेर मी होकार दिला. करणार काय? जन्मानं मी त्यांच्या भागातला होतो. काही लागेबांधे होतेच. इलाज नव्हता. सोयीची तारीख ठरवली. प्रसंग आता बेतलाच होता. निदान दगदग तरी थोडी कमी व्हावी म्हणून मी कारची अट घातली; तीही त्यांनी मान्य केली. आता बोलायचं काही उरलंच नव्हतं. ठरल्या दिवशी गाडी आली की निघायचं आणि प्रसंग साजरा करून यायचं एवढंच आता बाकी राहिलं होतं.

संमेलनाचा दिवस उजाडला. मलाही वेध लागलेच होते. भाषणाच्या टाचणांसह

निघण्याची मी सगळी तयारी केली आणि ठरल्या वेळी बरोबर दोन वाजता मी कपडे घालून तयार होऊन बसलो. म्हटलं, आपल्याकडून काही उशीर व्हायला नको. मी दोनपासून वाट बघत राहिलो. दोनचे सव्वा दोन झाले, अडीच झाले. घड्याळातला मिनिट काटा एकेक घर ओलांडू लागला, तसा मी अस्वस्थ होऊ लागलो. एकदा वाटलं– अंगावरचे कपडे उतरावेत आणि थोडं आडवं तरी व्हावं; पण मनात आलं; आपण कपडे उतरायचे आणि गाडी आली तर पुन्हा काढलेले कपडे लगेच चढवायची पाळी नको! लेट गाडीची वाट पाहात स्टेशनवर बसतात, तसा बसून राहिलो. अडीचचे पावणेतीन झाले, तीन झाले! काय करावं कळेनासं झालं. दुपारच्या जेवणानंतर धड विश्रांतीही मिळाली नाही आणि कोणते कामही करू शकलो नाही. बसून बसून अंग ताटकळलं. एवढ्यात एक गाडी येऊन उभी राहिली.

ती गाडी पाहूनच माझ्या अंगावर काटा उभा राहिला! किमान पंचवीस-तीस वर्षांपूर्वीच ते मॉडेल असावं. अशा गाडीचं दार उघडून एक व्यक्ती बाहेर आली आणि दोन्ही हात जोडून प्रसन्न हसत मलाच त्यांनी प्रश्न केला, ‘‘काय, तयार हाय न्हवं?’’

‘‘हा काय तयारच आहे. तुमचीच वाट पाहतोय.’’

असं म्हणून मी उठलो. हातात सूटकेस घेतली; पण मला न्यायला आलेली ती व्यक्ती एका खुर्चीवर बसत मला म्हणाली, ‘‘बसा, बसा, जरा पाणीबिणी घालू द्या.’’

हातात घेतलेली सूटकेस पुन्हा खाली ठेवत मीही खुर्चीवर बसलो. न राहवून बोललो, ‘‘फार उशीर केलात! मी दोनपासून तयार आहे.’’

यावर ती व्यक्ती हसत मला म्हणाली, ‘‘तुमी तयार असशीला हो, पर गाडी तयार पायजे का नको?’’

‘‘म्हणजे?’’

‘‘अहो, किती केलं तर ते मशीन हाय! वाटंत चाक पंक्चर झालं. स्टार्टरची जरा बोंब हाय...’’

यावर मी तरी काय बोलणार! आता नीट पोहोचतो की नाही हीच चिंता मला लागली. मघापर्यंत गाडी आली नाही म्हणून अस्वस्थ होतो. आता तिला पाहून अस्वस्थ झालो. एवढ्यात हातात एक डबा घेऊन ड्रायव्हर आत आला आणि म्हणाला, ‘‘एवढा डबा भरून पाणी घेऊन या संगं. मशीन गरम हुतंय... वाटंत खोळंबा नको.’’

पाण्याची व्यवस्था करून मी सहज म्हणालो, ‘‘आणखी काय हवं काय?’’

ड्रायव्हर बोलला, ‘‘तार एक हातभर मिळाली तर बरं होईल.’’

"तार! ती कशाला?"

"मागचं एक दार नीट लागत न्हाई... तार नसली तर ऱ्हाऊ द्या. सुतळी, चऱ्हाटसुद्धा चालंल."

मी म्हटलं, "अहो, मी इथं लॉजवर पाहुणा म्हणून उतरलोय. माझा काय इथं संसार नाही. इथं कुठली तार आणि सुतळी मिळणार?"

"मग चला, बघू वाटेत काय तरी." असं म्हणून तो जाऊन गाडीत बसला. आम्हीही उठून गाडीजवळ आलो. गाडीत बसण्यापूर्वी म्हटलं, जरा गाडीचं निरीक्षण करावं. बारीक नजरेनं सगळे पार्टस् न्याहाळले. दारं लडबडत होती. आतल्या सीट्स अनेक ठिकाणी फाटल्या होत्या. काचांना तडे गेले होते आणि मुख्य म्हणजे मागचे दोन्ही टायर्स पूर्ण झिजले होते. झिजलेल्या टायर्सकडे शंकित मनानं मी पाहात होतो; एवढ्यात कानांवर ड्रायव्हरचा आवाज आला, "अण्णा, जरा धक्का द्या."

धक्का देऊन गाडी सुरू झाल्यावर ड्रायव्हरनं आज्ञा केली, "बसा."

एका बाजूनं दार उघडून मी आत शिरणार एवढ्यात ड्रायव्हर म्हणाला, "हां. हां-हां.. त्या दाराला नका हात लावू! तिकडं, तिकडं जावा." ड्रायव्हरची ही सूचना लक्षात घेऊन मी दुसऱ्या बाजूला गेलो आणि दार उघडून बेतानं आत जाऊन बसलो. ती दुसरी व्यक्तीही आत आली आणि दार लावून घेऊ लागली. दोनदा-तीनदा दार आपटूनही दार लागलं नाही. प्रत्येक वेळी दार जोरानं ओढलं, की लगेच ड्रायव्हर म्हणायचा, "न्हाई लागलं." निकाल जाहीर करावा, तसं तो हे बोलायचा! अखेर त्यानंच आपला एक हात लांब केला आणि धाडकन दार लावून घेतलं. गाडी सुरू झाली. मी एक उसासा टाकून घड्याळात पाहिलं. साडेतीन वाजून गेले होते. मनात आलं– इथंच इतका उशीर झाल्यावर आपण पोहोचणार कधी? तीस मैलांचा पल्ला, त्यात खेड्यातला कच्चा रस्ता आणि गाडी ही अशी! यापेक्षा एस.टी. का वाईट होती? प्रतीक्षेत इतका वेळ गेला; निदान तो तरी गेला नसता. खरं म्हणजे आपली हातातली सगळी कामं बाजूला ठेवून या स्नेहसंमलेनाच्या फंदात आपण पडायलाच नको होतं. आता कसे जातो आणि केव्हा पोहोचतो कुणास ठाऊक! सुखरूप परत आलो म्हणजे मिळविली! ... असे काही विचार मनात येत होते, एवढ्यात शेजारची व्यक्ती मला म्हणाली, "मला वळीकलं का न्हाई तुमी?"

या प्रश्नानं जरा मी गोंधळलो. काही खाणाखुणा पटतात का, हे पाहण्यासाठी तोंडाकडं बघू लागलो. बहुतेक सर्व पुढारी जसे दिसतात, तसा तो दिसत होता. पांढरी टोपी, कडक इस्त्रीचा खादी झब्बा, थोराड अंग, रुंद तोंड आणि जरा हसलं की दातांचं दर्शन आणि चेहरा अकारण प्रसन्न! ग्रामीण नेतृत्व त्याच्या

रूपानं साकार झाल्यासारखं दिसत होतं; पण मला ओळख काही लागत नव्हती. मी आठवत राहिलो, एवढ्यात तोच मला म्हणाला, "नसंल आठवत. तवा धाकटं हुता तुमी. मी बाळीशाण्णा मंडपे... आमचं किराणामालाचं दुकान हुतं बघा. आता तरी काय आटिवतं? नसंल नसंल. पर मला चांगलं आटिवतं ते. तुमी लहानपणी गोळ्या घ्यायला आमच्या दुकानात याचं की."

"हा हा, मंडपे होय तुम्ही?"

"व्हय" असं म्हणून तोच सांगू लागला, "आता गावाकडचं दुकान मोडलंय. कोल्हापुरात चांगला जम बसीवलाय. मार्केटात आडत दुकान हाय. त्याखेरीज चार ट्रक ठेवल्यात. आपुन चाल्लोय ह्या गावाला एक पंचवीस एकर जमीन घेतलीया. ऊस सगळा कारखान्याला जातो हितली विकास सोसायटी सगळी माझ्याच ताब्यात हाय."

"तुम्ही अध्यक्ष आहात?"

"धा वरसं हाय की हो! एक का दोन!"

"मग एकूण ठीक आहे तर?"

"ठीकच की..." असं म्हणून त्यांनी मला विचारलं, "तुमचं कसं काय?"

मी काही उत्तर देणार एवढ्यात कचकन् ब्रेक लागला आणि तोंडावर जोराचा ठोसा बसला. तोंड समोरच्या सीटवर आदळलं आणि काही क्षण माझ्या डोळ्यांपुढं अंधारच पसरला! एक शिवी घालून ड्रायव्हर म्हणाला, "आयला! ह्या म्हशी कुठंबी एकदम आडव्या येत्यात!" खदाखदा हसून बाळीशाण्णा म्हणाले, "लेका, त्या आर. टी. ओ. हैत, आर. टी. ओ.!" आणि मग माझ्याकडे वळून त्यांनी विचारलं, "दात आणि जीव शाबूत हाय न्हवं?"

मी न बोलता नुसती मान हलवली. हे पाहून ते म्हणाले, "मग काय हरकत न्हाई, न्हाईतर आज भाषणाचा घोटाळा हो! गेल्या इलेक्शनची गोष्ट बगा." असं म्हणून ते सांगू लागले, "सगळं फुडारी गाडीत घालून सभेला चाललो होतो... टाकवड्याला. जय्यत तयारी तिथं केल्याली! हजार एक माणूस गोळा केल्यालं. रेकार्डी लावून आमचीच वाट बगत बसलं होतं. गाडीत सभापती होतं. पुण्याचं ते हे आलं होतं. जाऊन फर्डी भाषणं द्याची आणि मग राच्चं आमच्या मळ्यावर पिनं बिनं सगळा फुल्ल बेत आखला होता. धा हंपर नुसत्या सोड्याच्या बाटल्या होत्या; मग बाकीचं कसं असंल ह्याचा इचार करा! म्हंजे अंगावरची चोळीच शे-दीडशेची होती असं धरून चाला की! हांऽऽ आणि एकाएकी बसलं की हो चाक म्होरचं... गाडीनं खाल्ली पलटी! कुणाचं व्हट दातांत तर कुणाचं दात व्हटात. आमच्या हनुवटीचं हे टाकं तवाचंच म्हणनासा... तरी आमचं बरं. सभापतीची जीबच तुटली! कशाची भाषनं आन कशाची सभा आणि कशाचं

काय... सगळी अशी तऱ्हा झाल्याली आणि तिकडं लोक रेकार्डी लावून वाट बघत बसल्यालं. वर आणि 'येत्यात, निघल्यात, जवळ आल्यात' असा धीर देत होतं! कशाचं येत्यात! आम्ही हितं... वाटंत घायाळ राव!'' असं म्हणून ते हसत राहिले आणि मध्येच ड्रायव्हर म्हणाला, ''अण्णा, हीच गाडी हुती न्हवं तवा?''

''हीच बग ती आणि तीच बग ही! हीच माझी बया... मग ही तुझ्या मालकाला इकून नवी अंब्यासडारच घेतली.''

अंगावरचा काटा ओसरल्यावर मी म्हणालो,''अहो, मग ही कशाला घेतली? तुमची नवी गाडी होती ना?''

बाळीशाण्णा म्हणाले, ''आमची जरा गोव्याला गेलीया हो, म्हणून ही घ्यावी लागली.''

मी पुन्हा एकदा घड्याळात पाहिलं. आता चार वाजले होते. अजून दहा मैलसुद्धा मागे गेले नव्हते. मी विचारलं, ''अशानं केव्हा जाणार आपण?''

मुळीच चिंता न करता बाळीशाण्णा बोलले, ''जाऊ सावकाश! नवरदेव ईल तवा अक्षता हो! तुमी पोचल्याशिवाय तर काय सुरू होत न्हाई.''

यावर काय बोलणार? तरी मी तोंडातल्या तोंडात पुटपुटलो, ''पाचला कार्यक्रम सुरू होणार होता...''

''खेड्यातलं पाच म्हंजे सात हो! तुमी का काळजी करता?''

यावर मात्र काही न बोलता मी गप्प बसलो. बोलण्यात काही अर्थही नव्हता. थोड्या वेळानं एक गाव जवळ आलं. बाळीशाण्णाच म्हणाले,''हे वडगाव आलं बगा.''

''अच्छा!''

''आता वडगाव पूर्वीचं ऱ्हायलं न्हाई बरं का. लई सुदारलं. थेटर झालंय. मोठी हाटेलं झाल्यात. एकाला दोन बँका हैत बघा!''

''असं?''

''तर! अहो शेतकऱ्यांस्नी कर्ज मिळायची सोय केलिया सरकारनं.'' असं म्हणून त्यांनी ड्रायव्हरला सूचना केली, ''गोपाळरावांच्या हाटेलाफुडं घे रं गाडी.''

... गाडी हॉटेलपुढं उभी राहिली आणि ड्रायव्हर म्हणाला, ''अण्णा, तुमी च्यापानी ते करा तवर मी येतो.''

''तू कुठं जातोस?''

''हितं बरीच काम हैत की हो,'' असं म्हणून त्यानं एकेका कामाचं स्वरूप सांगितलं, ''ते ऽऽ जयहिंद लाऊडस्पीकरकडं जाऊन त्याला संगं घ्याचं हाय,

आपलं दळवी आर्टिस्ट...''

''फोटोग्राफर?''

''व्हय, त्यांच्याकडं जायाचं हाय... ते वाट बघत बसलं असतील. झालं तर माळ्याकडं जाऊन हारतुऱ्याची करंडी घ्याची हाय... त्योबी वाट बघत बसला असंल.''

बाळीशाण्णा म्हणाले, ''हारतुरं कोल्हापुरातच घेतलं असतं की.''

हेडमास्तर म्हणाले – ''वडगावला सस्तात पडतंय, कोल्हापुराला पाच रुपयाला मिळणारा हार हितं दोन अडीचला पडतोय हो!''

''अरे पण हितं शेवंती आणि झेंडूशिवाय दुसरं काय घालणार हारात?'' यावर ड्रायव्हर म्हणाला, ''ते मी सांगितलं हो; पर हेडमास्तर म्हणाले– 'हाराला हार झाल्याशी कारण! चांगला आणि वाईट कशाला कोण बघतंय? मंत्रीफिंत्री, कोण फुडारीबिडारी येणार असला, तर मग एवडा चोकंदळपणा दावायचा. न्हाई तिथं उगच कशाला पैसं फुकट दवडायचं!' असं खुद्द हेडमास्तर म्हटल्यावर मी काय बोलनार हो? माने मास्तर कालच येऊन ही सगळी एवस्ता करून गेल्यात हो. आपुन नुस्ती करंडी घ्याची आणि गाडीत ठेवायची बगा.''

हारतुऱ्यांबद्दलचा हा संवाद चालू होता, तेव्हा तिकडं आपलं लक्ष नाही असं दाखवत, रुमालानं अंगावर वारा घेतल्यागत करीत मी आजूबाजूला बघत उभा होतो. त्याचं संभाषण संपल्यावर बाळीशाण्णाच म्हणाले, ''चला साहेब, हे आपलं खास हाटेल बरं का! सगळी सोय हाय बघा हितं...''

मी म्हटलं, ''आपण काय फक्त थोडा चहा घेऊ.''

''ते का?'' असं म्हणून त्यांनी एक डोळा बारीक करीत, मला कानाशी लागून, हळू आवाजात विचारलं, ''भाषणाच्या आधी काय थोडं घ्याचं असलं तर बघा... करू सोय..''

''मी त्यातला नाही..''

''अहो, काहींना त्याशिवाय भाषणच करता येत न्हाई... जरा सुरसुरी आली म्हंजे मग भाषानबी रंगतय हो!''

खिशातला रुमाल काढून मी आपला तोंडावरचा घाम पुसला. एवढ्यात हॉटेल मालक लगबगीनं पुढं येऊन 'या!' असं म्हणत त्यांनी एका खास खोलीत नेलं. पंखा लावला आणि एका पोराला हाक मारून ते म्हणाले, ''हितंच उभा ऱ्हारे... बोला आण्णा, काय सेवा? फार दिवसांनी मर्जी फिरली! साहेब कोण?''

''गॅदरिंगचं पावनं हो... आज आमच्या शाळेचं हे नाही का?''

''होय होय, निमंत्रण आलंय. हितनं धा-बारा मोटारसायकली सुटणार हैत आज... मग काय, सायबांना काय देऊ?''

बाळीशाण्णा बोलले, ''ते काय फकस्त च्याच म्हणत्यात.''

यावर हॉटेलमालकानं मला विचारलं, ''असं कसं? अहो, आमच्या 'हाय वे'त येऊन नुसता च्याच कसा पिता?''

''फक्त चहाच घेईन.'' मी निग्रहपूर्वक सांगितल्यावर जरा वातावरण बदललं. पावसाची सर थांबावी, तशी चर्चा आटोपती घेतली. दोन बिस्किटं आणि एक कप चहा घेऊन मी गाडीची वाट पाहू लागलो. सव्वा चारला इथं आलो होतो, आता पावणे पाच झाले तरी गाडीचा अजून पत्ता नव्हता! माझीच तगमग सुरू होती. बाळीशाण्णा अगदी खुशाल होते. एक संपली की दुसरी सिगरेट ओढत होते. मध्येच मला म्हणाले, ''तिथं तुमचा परिचय मलाच करून द्याचा हाय. संस्थेचा सेक्रेट्री मीच हाय हो. त्यात गाववाला पडलो. मास्तर म्हणाले, 'तुमीच परिचय करून द्या.' मी म्हटलं बोलू चार शब्द... काय त्यात! तुमचं सिनेमं कोंचं कोंचं म्हनायचं?''

मी म्हणालो,''कशाला सगळी माहिती देत बसता? एक चारदोन पुस्तकांची नावं सांगून मोकळं व्हा.''

यावर ते म्हणाले, ''अहो, कोण इचारतोय तुमच्या पुस्तकांस्नी? एकाला चार सिनेमांची नावं सांगितली म्हंजे पब्लिक गार हुतंय बघा! नुसतं 'एक गाव, बारा भानगडी' असं म्हटलं, की लोक 'अरं त्यच्या' म्हन्नार! आणि 'पिंजरा लिवणार ते हेच'असं म्हटलं की 'ह्यच्या भनीचं मी!' असं म्हणून कानच टवकारणार हो! सिनेमाचं निराळं, पुस्तकांचं निराळं,...'' असं म्हणून त्यांनी पेन हातात घेतलं आणि कागद समोर ठेवून बोलले,''हं सांगा बघू नावं–''

मी आवश्यक तेवढी माझ्याबद्दलची माहिती दिली, अमुक उल्लेख करू नका, फारशी लांबण लावू नका, अशा काही सूचना दिल्या. त्याच्या गळी त्यापैकी किती उतरलं देव जाणे! बाळीशाण्णा माझा परिचय करून देणार म्हटल्यावर त्यांच्या तोंडून आज आपल्याला काय काय ऐकावं लागणार आहे– ही एक चिंताच निर्माण झाली! एकूण काय, या निमंत्रणाचा स्वीकार करून मी एक संकटच ओढवून घेतलं होतं! आता– 'आलीया भोगासी...' ही वृत्ती ठेवून जे जे वाट्याला येईल ते निमूटपणं भोगायचं ठरवलं. नाहीतरी दुसरं काय हाती होतं?

... सव्वापाच वाजता ड्रायव्हर येऊन म्हणाला, ''चला साहेब.''

माझं कंटाळलेलं मन बोलून गेलं,''झाली का सगळी कामं? का अजून काही, राह्यलंय?''

''एक फोटोग्राफर तेवडा न्हायला...'जाता जाता या' म्हणाला, 'तंवर एक दोन फोटू काढतो...''

मी विचारलं,"म्हणजे तोही या गाडीतूनच येणार का?"

"तर! गाडीत घालूनच घेऊन जायचं हो."

बोलत बोलत आम्ही गाडीजवळ आलो. पाहतो, तर गाडी आधीच निम्मी अर्धी भरलेली. हारतुऱ्यांच्या दोन मोठ्या करंड्या मागेच ठेवलेल्या. लाऊडस्पीकरचं सगळं साहित्यही तिथंच कोंबलेलं. विजेच्या लहान बल्बच्या माळांचं एक भलं मोठं वेटोळं अंग आखडतं घेऊन कसंबसं तिथंच मागच्या बाजूला बसलेलं! ही सगळी गर्दी पाहून मी थक्क झालो. तक्रारीचा सूर फारसा जाणवू नये (ही भीतीही आपल्यालाच!) अशा आवाजात मी ड्रायव्हरला विचारलं,"या गर्दीत आत बसायचं कुठं?"

"आहो, बसायचं तसंच. कुठं जलम काडायचा हाय काय?" असं वर त्यांनी मलाच विचारल्यावर माझी वाचाच बंद झाली. बाळीशाण्णाही म्हणाले, "चला चला, एकदा गाडी सुरू झाली म्हंजे हुती जागा."

मुकाट्यानं आत जाऊन एक कोपरा धरला. पायाजवळची करंडी थोडी बाजूला करून कसेबसे पाय ठेवले. एवढ्यात बाजूला कुठं उभा असलेला लाऊडस्पीकरवाला आत आला. तो आम्हा दोघांच्या मध्ये बसला. मी बाजूला सरकवलेली करंडी त्यानं हळूच उचलून माझ्या पायांवर ठेवली. त्याचे दोन सहायक पुढं बसले. न राहवून मी पुन्हा म्हणालो,"फार गर्दी झाली हो ही!" माझी समजूत घालत बाळीशाण्णा म्हणाले, "अहो, हितं स्टँडवर दोन टांगं हैत. एकेक टांग्यात सात-सात आठ-आठजण बसीवत्यात!" त्यात भर घालून ड्रायव्हरही म्हणाला, "अहो, कवा कवा धा धा– अकरा-अकरासुदिक बसवित्यात! अहो, लगीनसराईत ह्याच गाडीत आम्ही धा-बाराजण कोंबतोच की!"

"ठीक आहे.... चला," असं म्हणून त्याचं तोंड बंद करण्याचा मी प्रयत्न केला. एवढ्यात गाडीच बंद झाली. मी विचारलं, "काय झालं हो?"

"हुतंय काय? असं घाबरता का?" असं म्हणून तो बोलला, "फोटोग्राफरला घ्याचं न्हाई का?"

मग दहा मिनिटांनी गळ्यात कॅमेरा अडकवून फोटोग्राफर आले. तीन पायांचा त्यांचा स्टँडही आला. आता हे फोटोग्राफर कुठं बसणार आणि त्यांच्या स्टँड कुठं ठेवणार याची चिंता मलाच लागली. फोटोग्राफर पुढे बसले आणि त्यांचे ते तीन पाय मागे आले, मी अवाक् होऊन बघत राहिलो; एवढ्यात फोटोग्राफर म्हणाला, "स्टँड सांभाळायची जोखीम तुझ्याकडं बरं का. धक्का लागंल, एकादा पायबीय मोडेल. मुलाला मांडीवर घेऊन बसावं तसं संभाळा बघा."

ते पोर आम्हा तिघांच्याही मांडीवर पाय पसरून बसलं. गाडी सुरू झाली आणि मी सहज म्हणालो, "आता आणखी कोण येणार नाही ना गाडीत?"

ड्रायव्हर बोलला,''एक माजी हेडमास्तर हैत. ते एस.टी.नं जाणार हैत. पर असलं स्टँडवर तर त्यास्नी एक घ्याचं...''

माझी वाचाच बंद झाली! दैवयोगाने ते स्टँडवर नव्हते म्हणून बचावलो. गाडी रस्ता कापू लागली. मालट्रक बरा म्हणायची पाळी आली! गर्दीनं जीव मेटाकुटीला आला होता. चेंगरून मरायची पाळी आली होती. त्यात गचागच गचके बसत होते. गचका बसला की फोटोग्राफर मागं बघून विचारायचा, ''स्टँड सांभाळता न्हवं?''

हे निमंत्रण स्वीकारल्याबद्दल हज्जार वेळा मी मनातल्या मनात स्वत:ला दूषणं दिली. यापुढं आत कुणाची भीड मानायची नाही, हेही पक्कं ठरवलं. निश्चयच केला त्यातूनही असा प्रसंग ओढवलाच तर कोणकोणत्या गोष्टींची काळजी घ्यायची याचं एक सविस्तर टाचणच मनात तयार केलं. त्यांचा बारीकसारीक तपशील मनात घोळवत राहिलो. एवढ्यात गाडी उभी राहिली आणि हलगीचा आवाज कानांवर आला. बघतो तर लोकांचा गराडाच गाडीभोवती पडलेला! माझ्या स्वागतासाठी गावाच्या वेशीतच मंडळी येऊन उभी होती. हलगी वाजत होती आणि लेझमीचा ताफाही उभा होता. आता आपल्या तोंडाला गुलाल नाही लावला म्हणजे मिळवली असा विचार मनात येतो न येतो तोच शाळेचे मुख्याध्यापक अदबीनं जवळ येऊन म्हणाले, ''सुस्वागतम्! इथं उतरून मिरवणुकीनं पुढं जायचंय...''

माझ्या अंगावर काटाच आला! अजिजीनं बोलावं तसं मी म्हणालो, ''आपण एकदम शाळेवर गेलो असतो. हे असं हलगी वगैरे मिरवत जायचं म्हणजे....''

''गावकऱ्यांची इच्छा आहे... चला, उतरा....'' खाली उतरण्याशिवाय आता गत्यंतरच नव्हतं. मुकाट्यानं खाली उतरलो. अंगावरचे कपडे चोळामोळा झाले होते. शिवाय ते धुळीनं भरले होते. गेल्यावर आधी कपडे बदलावेत, वॉश घ्यावा, थोडी विश्रांती घ्यावी आणि मग कार्यक्रमाला सुरुवात करावी असा मी विचार केला होता; पण आता त्याचा काही उपयोग नव्हता. अंगावरची धूळ झटकत उभा होतो; तोच पंचारती घेऊन शाळकरी मुली पुढं आल्या आणि लाल गंधाचा एक भला मोठा नाम कपाळावर उठवून त्यांनी पंचारतीनं ओवाळलं आणि हलगी सुरू झाली. लेझीमही कानांवर येऊ लागली. अशी वाजतगाजत आमची मिरवणूक सुरू झाली!

चालता चालता मुख्याध्यापकांनी विचारलं, ''प्रवास कसा झाला? फारशी दगदग नाही ना झाली?'

खरं न सांगता, मनातल्या मनात दातओठ खात मी म्हणालो, ''ठीक झाला.''

आमची ही वरात शाळेवर आली, तेव्हा दिवस मावळायला आला होता. घाईनं कपडे बदलून तयार होणं आवश्यक होतं; एवढ्यात कुणीतरी येऊन म्हणालं, “लाईट हाय तवर फोटू काडला पायजे... दिवस मावळलाय. चला, चला, चला लवकर.”

“जरा वॉश घेतला असता..” असं मी म्हणालो, तोच कुणीतरी बोललं, “अहो, ते मागनं घ्याकी सावकाश... अंधार पडला म्हणजे फोटू व्हायलाच की मग!”

“कपडे तरी...”

“हैत ते काय वाईट हैत काय?” असं मलाच विचारून बाळीशाण्णा म्हणाले, “आणि तुमचे कपडे कोन बगतोय? फोटूत बगणार ते तुमचा चेहरा बगणार हो! चला, आधी असंच चला!”

एवढ्यात मुख्याध्यापक घाईनं जवळ आले आणि विनंती करीत मला म्हणाले, “मंडळीचं म्हणणं आहे, फोटोत हारतुरे दिसावेत... तेव्हा हा हार आपण असा हातात घेऊन फोटोला बसावं आणि मग कार्यक्रमाच्या वेळी तो गळ्यात घालण्यासाठी पुन्हा काढून ठेवू.... चालेला ना?”

“हो, आपण म्हणाल तसं.”

“मग चला तर... घ्या हा हार...”

शाळेच्या पिछाडीला खुर्च्या मांडून तयार होत्या. खुर्च्यांच्या मागे बाकांची एक उतरंड होतीच. मुलांच्या अनेक रांगा त्यावर उभ्या होत्या. मी जाऊन खुर्चीवर बसलो. माझ्या एका बाजूला बाळीशाण्णा आणि दुसऱ्या बाजूला गावाचे सरपंच बसले. मलाच कीव येऊन मी मुख्याध्यापकांना म्हटलं, “आपण कुठं बसता?” बिचारे मुख्याध्यापक काही बोलणार तोच बाळीशाण्णा म्हणाले, “अहो, बसा की कुठल्यातरी एका खुर्चीवर... असं उभा का?”

त्याबरोबर ते कुठल्यातरी खुर्चीवर पटकन बसून दिसेनासे झाले. फोटोग्राफरनं नीट निरीक्षण करून काही सूचना दिल्या– “आता हलू नका... शांत राहा... चेहरा हसरा ठेवा... ” असा तो इशारा देत होता. एवढ्यात बाळीशाण्णा म्हणाले, “थांबा थांबा. अहो, हेडमास्तर, कुठं गेला कुठं तुमी?”

“मी इथं आहे ना, बसलोय” असं म्हणून ते उठून उभे राहिले आणि बाळीशाण्णा म्हणाले, “अहो, ती करंडी काय झाली फुलांची? पावण्याच्या हातात हार दिला आणि आमच्या हातात काय धुपाटणं? अहो, काडा की बाकीचं हारतुरं त्यातलं. सरपंचांच्या हातात एक हार द्या. ते गाडवे अण्णांच्या हातात एक द्या. तिकडं पंचमंडळी बसल्यात. हिकडं सावकार हैत.. अहो, आपलं हितचिंतक, देणगीदार लोक हैत सगळं. त्यास्नी इसारला व्हय? अहो

कुणीकडं बी.ए., बी.टी. झालाय तुमी? कशाची शाळा चालविता?... आटपा लवकर...''

एवढ्यात कुणीतरी करंडी आणली. हेडमास्तरांनी जातीनं पुढं होऊन सगळ्यांचे मानपान पाहिले. त्यांतही एक उणीव काढून बाळीशाण्णा म्हणाले, ''मास्तर, दर फोटूला मी तुमाला सूचना देत आलोय की हो! फुलांचा करंडा पावण्यांच्या पायाजवळ ठेवा. फोटूत दिसाय पायजे....''

त्याबरोबर एक करंडी स्वत: हेडमास्तरांनी आणून माझ्या पायांतच ठेवली आणि समाधान व्यक्त करून बाळीशाण्णा म्हणाले, ''हां, आता सोभा आली! आता काडा हो फोटू!'' त्याबरोबर 'शांत राहा, हलू नका, जरा हसा' अशा सूचना देऊन फोटोग्राफरनं आमचे दोन फोटो घेतले. एका संकटातून मुक्त झालो. बाळीशाण्णा जवळ येत म्हणाले, ''हं, आता काय तुमाला कापडं बदलायची आणि तोंडबिंड काय धुवायचं असंल तर धुवा. रग्गड येळ हाय.''

एवढ्यात सरपंच जवळ आले आणि हात जोडून म्हणाले,''साएब, आता भाषनाला काय थांबत न्हाई. आज राच्चं तालुक्याला जायचंय. आपल्या जिल्ह्याचं पालकमंत्री उद्या तिथं येणार हैत. जरा चर्चाफिर्चा हुनार, तवा घेऊ का रजा?''

अगदी आनंदानं मी म्हणालो, ''या या.''

''खरं म्हंजे मी दुपारीच जाणार; पर मास्तर म्हणालं, एवडं फोटूला थांबा आणि जावा. आल्या आल्या आधी फोटू घेऊ. तवा फोटू झाला, येतो आता....''

''बरंय, राम राम....''

पुन्हा माघारी वळून ते म्हणाले, ''बरं, तुमचं भाषान म्हंजे आमाला ठावच हाय की हो. आमा फुडाऱ्यास्नी चार जोडं हाणायचं, टाळ्या घ्याच्या आणि जायाचं!''

''तसं काही नाही...''

''अहो, काय न्हाई?अनेक पावण्यांची भाषणं ऐकली हो आमी! ईल त्यो पावना काय बोलनार हे आमाला पाटच हाय... बराय... येतो.'

सरपंच गेले आणि काय बोलावं, हा मला जरा प्रश्नच पडला! एक निराळीच झलक दिसली. बाळीशाण्णा मला म्हणाले, ''काम साधं न्हाई बरं हे! ह्या बाजूला मिनिस्टर दौऱ्यावर आला, म्हंजे ह्यांच्या घरात जेवल्याशिवाय जात न्हाई बगा! भागात वजन दांडगं हाय!''

सरपंच गेले आणि एक मिशाळबाबा जवळ येत म्हणाले, ''मी हितला पंच हाय.. रामभाऊ पिंगळे.''

''बरं बरं...''

''आपुन ह्या भागातलंच न्हवं?''

मध्येच तोंड घालून बाळीशाण्णा म्हणाले, ''अहो, एकच तालुका की! असं का करता?''

''मग आमच्या आईला वळकत असला पायजे तुम्ही?''

''कोण?''

''भाऊ भंडाऱ्यांची एकुलती एक लेक हुती का न्हाई, ती आमची आई. कन्या वारसानं तिकडची इस्टेट आमालाच मिळाली. तुमच्या गावाला हमेशा जाणं-येणं हैच की आमचं! तुमचंच कवा येणं न्हाई, काय न्हाई...''

...कशाचा वॉश घेतो आणि कसले कपडे बदलतो? ह्या अशा भेटीचाच एक कार्यक्रम तासभर लांबला आणि मग मुख्य कार्यक्रमाचा तगादा सुरू झाला. तोंड न धुता, कपडेही न बदलता तसाच जाऊन स्टेजवर बसलो. कुणीकडून तरी लवकर संपवावं, हीच इच्छा मनी बाळगून होतो; पण स्वागताचं भाषण आणि अहवाल वाचन यालाच एक तास लागला! मग माझा परिचय करून द्यायला बाळीशाण्णा उठले, त्यांनी सुरुवातच अशी केली, ''तुम्हांला सांगायचं म्हंजे आमी लंगोटीमित्र! एका मातीत खेळलोय, एका मातीत वाडलोय. आमचं दुकान हुतं. गोळ्या घ्याला हे आमच्या दुकानात याचं...'' ही अशी सुरुवात करून बाळीशाण्णांनी स्वत:चाच परिचय अधिक करून दिला आणि माझ्याबद्दल अवास्तव अनेक गोष्टी सांगितल्या. पुण्यात नसलेल्या माझ्या बंगल्याचा उल्लेख केला! खोऱ्यांनी पैसा ओढतोय अशी तारीफ केली. सरस्वती आणि लक्ष्मी ह्या दोघी माझ्या घरी पाणी कशा भरतात याचं वर्णन तर अशा खुबीनं केलं, की मला तर भीतीच वाटू लागली. आपल्याला कुणी तरी विचारणार, ''एकाला दोन बाया पाण्याला ठेवायला नळ नाही का हो बंगल्यात?''

यानंतर मग बक्षीस-समारंभ! माझ्या हस्ते शे-दीडशे बक्षिसं वाटण्यात आली. मग मी बोलायला उभा राहिलो तेव्हा रात्रीचे दहा वाजले! बरेच लोक भाषण ऐकण्यापेक्षा घरी जाऊन झोपले होते. जे हजर होते त्यांच्या पोटांत कावळे ओरडत होते. एकूण समस्या ध्यानी घेऊन मी माझं भाषण लवकरच आटोपतं घेतलं आणि 'वंदे मातरम्' होऊन कार्यक्रम संपला.

निवासाची व्यवस्था शाळेतच केली होती. रात्री झोपण्यापूर्वी मी मुख्याध्यापकांना म्हणालो, ''सकाळची पहिली एस.टी केव्हा?''

''का, कारनं जात नाही...? कारची व्यवस्था केली आहे....''

''नको, विनाकारण शाळेला भुर्दंड कशाला? मी आपला सकाळी पहिल्या एस.टी.नं जाईन.'' कार का नको, हे सकारण सांगण्यापेक्षा हा मार्ग मला

अधिक बरा वाटला. फार चर्चा न करता ते म्हणाले, "ठीक आहे, पहिली एस.टी. सकाळी सातला आहे. मी करतो व्यवस्था."

... भल्या सकाळी सहा वाजातच मुख्याध्यापक शाळेवर आले. बहुतेक ते मला उठवायला म्हणून आले असावेत; पण मीही कपडे करून तयारच होतो; कारण रात्रभर ढेकणांनी मला झोपूच दिलं नव्हतं! त्यांचा हल्ला चुकवण्यासाठी गादी बाजूला करून एकाला एक जोडलेल्या दोन टेबलांवरही झोपून पाहिलं; पण ढेकणांनी मला सोडलं नाही! अखेर भल्या पहाटे उठून प्रवासाची तयारी केली आणि कपडे (पुन्हा पुन्हा झाडून व उलटे-सुलटे करून) अंगावर चढवले व वाट पाहात बसून राहिलो. मला पाहून ते म्हणाले, "काय, तयार काय?"

"हो, निघू या. मी तयार आहे."

"अजून अवकाश आहे." असं म्हणून त्यांनी अभिप्रायाची वही माझ्या हाती दिली. आता अभिप्राय देणं भागच होतं. सहज काही पानं चाळली आणि इतरांच्यासारखाच मीही अभिप्राय दिला—

"स्नेहसंमेलनाच्या निमित्ताने शाळेला भेट देण्याचा योग आला. शाळा पाहून आनंद वाटला. शाळेतील एकूण वातावरण शैक्षणिक विकासाच्या दृष्टीने पोषक वाटले. मुख्याध्यापक व अध्यापकवर्ग उत्साही आढळला. विद्यार्थ्यांमध्ये ज्ञानलालसा दिसून आली. विशेष जाणवलं ते गावकरीबंधूंचं सहकार्य! अल्पावधीत शाळेने जे यश मिळविले आहे. ते गावकऱ्यांच्या साहाय्यामुळेच. शैक्षणिक विकासासाठी व त्या द्वारे सामाजिक उन्नतीसाठी झटणाऱ्या गावकरी बंधूंना द्यावेत तेवढे धन्यवाद थोडेच आहेत! एकूण हा सर्व परिसरच मला फार विलोभनीय वाटला. धन्यवाद!"

मुख्याध्यापकांनी माझा हा अभिप्राय वाचला. वही मिटवून त्यांनी बाजूला ठेवली. त्यांच्या चेहऱ्यावर काही विशेष भाव दिसले नाहीत; म्हणून म्हटलं, "अजून काही लिहायला हवं?"

"ठीक आहे."

"वाटल्यास तुम्हांला हवा तसा लिहू"

"ते काही नाही... पण..."

"पण काय?"

"काही लोकांची म्हणजे संस्थेची जरा निराशा झाली..."

हे ऐकून मी चांगलचा गोंधळलो, मी विचारलं,"कसली निराशा?"

"निराशाच म्हणायची... म्हणजे काय... संस्थेची जरा अपेक्षा होती..."

मी आणखी चपापलो. माझ्या मनातली शंका मी विचारली,"माझं भाषण

आवडलं नाही का?''

"भाषणाचं काही नाही म्हणा..."

"मग?" असं म्हणून मी अगदी अस्वस्थ होऊन त्यांना विचारलं, "अहो, कसली निराशा आणि कसली अपेक्षा, हे नीट सांगा तरी मला."

माझ्याकडे न पाहता बाजूला बघत ते बोलले, "आपल्या भागातले म्हणून मुद्दाम आशेनं आपल्याला बोलावलं होतं... आपण काही तरी डिक्लेअर कराल अशी सगळ्यांना अपेक्षा होती. बाळीशाण्णांनी आपला परिचय मुद्दाम त्या दृष्टीनं करून दिला होता... निदान हजार, पाचशे अशी काही देणगी जाहीर केली असती म्हणजे बरं झालं असतं. आमच्याही प्रयत्नाला फळ आलं असतं!"

हे ऐकल्यानंतर मानधन तर मी विसरलोच; पण प्रवास-खर्चासाठीसुद्धा काही मागण्याचा मला धीर झाला नाही! मला पोहोचवण्यासाठी हेडमास्तरच फक्त आले होते. बाकी मंडळी कोणी नव्हती... मी एस.टी.त बसलो. निरोप देता देता मुख्याध्यापक पुन्हा म्हणाले, "बराय... लोभ असू द्या... बघा; निदान गेल्यावर काही चेक पाठवता आल्यास पाठवा. संस्थेतर्फे मी आपली एक विनंती करतो झालं."

गाडी सुरू झाली आणि मी सुटकेचा श्वास सोडला! मनात म्हटले... "सुटलो!"

●

ढाल

गावाला विकास-योजना लागू झाली आणि धमाल उडाली. पहिल्या दणक्यात दोन ॲप्रोच रोड श्रमदानानं तयार झाले. एवढं झालं आणि बी.डी.ओ. ची जीप थेट गावात यायला मोकळी झाली. ग्रामसेवकाची सायकलही न पडतासवरता धड अंगानं गावात येऊ लागली. असं चारी अंगानं वारं आत शिरू लागलं आणि गाव चांगलंच भारलं! बघता बघता एका पडक्या देवळाचा जीर्णोद्धार झाला. मुष्टिफंडात समाजमंदिराची इमारत बांधून झाली. मुलांची एक स्वतंत्र शाळा उघडली आणि जुनी देवादिकांची गाणी म्हणणाऱ्या बायादेखील, "स्वच्छ करा ऽऽ, स्वच्छ कराऽऽ गाव आपुला स्वच्छ कराऽऽ" अशी आधुनिक गाणी म्हणून फेर धरू लागल्या. असा उठाव झाला आणि ग्रामपंचायत आली. ती काही गुण्यागोविंदानं आली नाही. चांगली एकमेकाला शिव्या घालत, वाजत-गाजत आली. थोडावेळ विकास थंड झाला आणि निवडणुकीला ताव चढला. खुद्द पाटीलच सरपंच म्हणून निवडून आले. स्त्री-प्रतिनिधी म्हणून चांभाराची भागू नावरूपास आली आणि राजरोस चावडीत जाऊन तक्याला टेकून बसू लागली. अशा अनेक सुधारणा या चार वर्षांत घडून आल्या; पण अजून सरकारच्या डोळ्यांत त्या भरत नव्हत्या. कोणत्याच कामात गावाला अजून ढाल मिळाली नव्हती. हीच एक उणीव पाटलांना सारखी टोचत राहिली होती. दरवर्षी ते खटपट करीत होते. पण अजून या कामात तेवढं त्यांना यश मिळत नव्हतं. "स्वच्छ करा ऽऽ स्वच्छ कराऽऽ..." हे बायकांचं गाणं खास खटपटीनं त्यांनी रेडिओवर एकदा वाजवलं आणि साऱ्या मुलखात आपल्या गावाचा डंका पिटला; पण गावातले उकिरडे बाहेर गेले नाहीत आणि स्वच्छतेची ढाल काही गावाला मिळाली नाही. ती कशी मिळवावी ह्याच उद्योगाला ते लागले होते. अशातच शेजारच्या एका गावाला ढाल मिळाल्यावर तर त्यांच्या अंगाला पिसं जडल्यागत

झालं... डोकंच भिरमिटलं! ही ढाल कशी मिळवावी? काय हिकमत करावी– ह्याविना दुसरं काही सुचेना झालं. अहोरात्र त्यांना तोच एक ध्यास लागला आणि एकाएकी एक दिवस त्यांना साक्षात्कार झाला! शेजारी तक्याला टेकून बसलेल्या चांभाराच्या भागूला ते म्हणाले, ''भागूबाई...''

''जी!''

''आयला ऽऽ! आपुन ढाल मिळीवनार!'' झटका आल्यागत पाटील असं बोलले आणि तोंडाकडे बघत भागूनं आप्रूवाईनं विचारलं,

''कशी पाटील?''

''कशी? शिबिरच भरवायचं!''

''कसलं शिबिर जी?''

''सेवादलाचं न्हवं!''

''मग?''

मान हालवत पाटलांनी चंची सोडली. आपल्याच नादात पानाचे देठ खुडले आणि चंची भागूच्या हातात देत म्हणाले,

''जंगी शिबिर भरवायचं!''

''पर कसलं ते सांगा की.''

पाटलांच्या डोळ्यांत चकमक झडली आणि तोंडात तंबाकूची चिमूट सोडत ते भागूला म्हणाले, ''शीर तोडायचं शिबिर.''

अर्थबोध न होऊन ती बिचारी तोंडाकडे बघत राहिली आणि हसल्यागत करून ते तिला म्हणाले, ''कळंना व्हय?''

''शीर तोडायचं कसलं शिबिर?''

''तुला फॅमिली प्लॅनिंग ठाऊक न्हाई?''

पदराचं कुलूप तोंडाला लावून तिरक्या नजरेनं ती बघत राहिली आणि पाटील खुलासा करत म्हणाले, ''माणसावरची शस्त्रक्रिया ग....''

बुरखा घेतल्यागत सबंध पदर तोंडावर घेऊन ती पदरातच बोलली, ''कळ्ळं कळ्ळं जी! आणि येवडा खुलासा काय त्यात करतासा?''

''कळ्ळं न्हवं, कशी हाय आयडिया?''

''पर लोक तयार हुतील?''

''गाव तयार झाल्यावर लोक काय करत्यात? आधीच आंगठं उठवून घ्यायचं''

''काय तरी एकेक शक्कल काडतासा!''

तिची तारीफ ऐकून पाटील खुलले. तंबाकूचा रस गिळून ते म्हणाले,

''सबंध गावाच्या वतीनं अर्ज करायचा. सरकारी डाक्टर तंबू घेऊन पळत येतील! असं शिबिर भरवायचं आणि पाक सारं गाव भरडून काडायचं. चारशे-

पाचशे लोकांचा नंबर लावायचा.''

''काय म्हंता पाटील?''

''काय म्हंता?... तालुक्यात झेंडा लावायचा! मग तर ढाल मिळेल का न्हाई?''

''आपल्या पायानं चालत गावाला ईल की जी!''

भागूनं एवढी तारीफ केली आणि पाटलांनी हे काम आपल्या मनावरच घेतलं. त्यांनी शिपाई सोडला आणि अर्जंट मीटिंग बोलावली. जेवून रानात गेलेले सभासदही काम सोडून चावडीत आले. लगोलग सगळे गोळा झाले आणि पाटलांनी आपली आयडिया सगळ्यांना समजावून सांगितली. त्यांची ती तल्लख कल्पना ऐकून सगळ्यांनाच हसू फुटलं आणि धायगुड्याचा रामू पाटलांना म्हणाला, ''आणि ह्यापरास न्हाई ढाल मिळाली तर काय बिगडंल?''

''ढाल मिळवायापायी तर सगळी खटपट चाललीया.''

''गावाची खच्ची करून ढाल मिळीवता व्हय?''

''ए खुळ्या ऽऽ'' असं हाकारून पाटील त्याची समजूत घालू लागले. तसा मांजऱ्याचा म्हातारा म्हणाला, ''तर मग शीर तोडून ढाल मिळविण्यात काय पानी हाय हो पाटील?''

दुसऱ्या एकानं शंका काढली, ''आणि एवढं करून ढाल मिळंलच हे कशावरनं?''

त्यावर तिसरा बोलला, ''म्हंजे शीरबी गेली आणि ढालबी गेली असं हून बसंल पाटील!''

''शीरदान करा, ढाल येतीच बघा!''

''ती काय गावच्या सोनाराला आर्डर द्याची हाय काय?'' असं विचारून रामूनं सवाल केला, ''ह्या भागूला आम्ही निवडून दिली. मांडीला मांडी लावून झुणकाभाकरी खाल्ली; पर येवढं अस्पृश्यता निवारणाचं काम करून काय झेंडा लावला आपुन? तवाबी असंच ढाल मिळंल म्हनत हुता न्हवं?''

ह्यात भर घालून दुसरा एकजण म्हणाला,

''आणि ते स्वच्छतेचं गाणं म्हणून बायका साऱ्या दमल्या की!''

एक बोट उभारून पाटील म्हणाले, ''तसं बोलू देणार न्हाई... त्यांचा आवाज रेडिओवर घुमला!''

''काय घुमला?'' असं विचारून रामू म्हणाला, ''ईल त्याला म्हणून दावून तोंडाला फेस आला त्यांच्या! बी.डी.ओ. आला, म्हणा गाणं; मामदार आला, म्हणा गाणं; कलेक्टर आला म्हणा गाणं; असं नुस्तं गाणं म्हणून ढाल गावती व्हय पाटील?''

''मग कशानं गावती?''

त्याच्या प्रश्नाचं उत्तर न देता रामू बोलला,

“ती स्वच्छता झाली; गावाला झुणका खायला लावला; भागूला निवडून द्याया लावलं आणि आता शिरा तोडायचं धरलंय व्हय?”

एकूण असा सभासदांत फार गैरसमज पसरला तसा हस्तक्षेप करून सेक्रेटरी सांगू लागला, “एकेक प्रयत्न करून बघायचा असतो. प्रयत्ने वाळूचे...”

“ते तेल रगडिता कण गळे, हे नग शिकवू आमाला, हाय ठावं! गाव वाचवायचं बघा.”

धायगुड्याचा रामू आपला मुद्दा सोडीना तसे पाटील तावातावात बोलू लागले. इतर सभासदांनाही जरा जरा पटू लागलं. त्यांनीही चर्चेत भाग घेतला. चर्चा रंगात आली आणि मध्येच रामू म्हणाला, “का घसा कोरडा करून घ्या लागलाय?”

“काय झालं?”

“अशी चर्चा करून ढाल मिळती व्हय?”

“तर मग कशानं मिळती?”

छातीला हात लावून रामू बोलला,

“मी मिळवून देऊ का?”

“मग का बसालईस गप?”

“एक शे-पाचशेचं बजेट मंजूर करा.”

एकानं हसून विचारलं, “काय गावजेवन घालतोस का सत्यनारायण?”

रामू म्हणाला, “गावजेवन घालून काय फायदा? बी.डी.ओ. ला, मामद्दाराला कोंबडं कापून प्रसाद वाटाय पाहिजे.”

“अशी मूठ दाबायची म्हनतोस व्हय?”

“व्हय, ह्यांची मूठ दाबली म्हंजे सरकारची मूठ उघडती आणि आपुनच ढाल मिळती!”

पाटील हसून म्हणाले, “हे तू मला शिकीवतोस? ह्या कामात तुझ्यापरीस मी हुशार हाय!”

“मग दावाकी ती!”

“बाबा, आपला घास न्हवं त्यो!”

“का?”

“हजार-पाश्शेच्याबी फुडचं काम हाय! समाजकामात कोण येवढी झीज सोसनार?”

हात झाडून रामू म्हणाला, “मग ढालीवर पाणी सोडून गप्प बसा.”

“का गप बसा?” असं विचारून पाटील म्हणाले, “कामच असं करायचं की डोळ्यांत भराय पाहिजे!”

“म्हणून शीर तोडायचं मनात धरलंय व्हय? अहो दुसरं काय तरी, सोसायटी ते काढा की. तिथं गुण दावा.” मांजऱ्याचा म्हातारा हसून म्हणाला.

“सगळ्या सोसायट्या गुण दावायलाच निगत्यात! अफरातफरीच्या केशी हून गावची अब्रू जाईल. त्यापरास शीर तोडायचंच काम बरं. फुडं काय भानगडी न्हाईत.”

मग पाटलांनीही हा मुद्दा घट्ट धरला. गावोगावच्या अनेक सोसायट्यांच्या भानगडी तेलमीठ लावून सांगितल्या. त्यावर पुन्हा मांजऱ्या म्हणाला,

“सोसायटी म्हंजे बोंबच हो!”

रामू बोलला, “मग शेतीसुधारणा करा.”

पाटील खॅस मारून म्हणाले. “करा काय? ती काय चुटकीसरशी होती व्हय?”

त्यानंही विचारलं, “चुटकीसरशी काय हुतंय पाटील?”

“मी सांगतोय ते होतंय की! शिबिर भरवा, चुटकीसरशी एकेकाची शीर तोडू आणि ढाल मिळवायला मोकळं होऊ.”

बाकीच्या सगळ्या सभासदांना हे एकदम चुटकीसरशी पटलं! दुसरी कोणतीही सुधारणा घडवून आणायला वेळ लागणार होता. त्यापेक्षा हे काम सोपं होतं. एक दिवस शिबिर भरवलं की झालं!... रामूशिवाय सगळ्यांनी माना डोलावल्या आणि पाटलांना नवा हुरूप आला. ते म्हणाले,

“अहो, कुठं टोकण पद्धती आणि जपानी भात शेती करत बसता? त्यापरीस हे शिबीर भरवू आणि गावाचं नाव करू.”

एकजण कावल्यागत म्हणाला, “हे पोराबाळांचं लेंडार तर बंद होईल. त्याची आज गरजच हाय.”

“गाव आशीर्वादच दील पाटील... शिबिरच भरवा.”

पाटील म्हणाले, “नुसतं शिबिर भरवत न्हाई. त्याच्या उद्घाटनाला मंत्री आणतो.”

“बोलवायचा अवकाश, ते येत्यातच की हो!”

“नुस्तं येत्यात न्हवं, वर्तमानपत्रात छापून आणतो! अमुक अमुक गावच्या चारशे-पाचशे लोकांनी शस्त्रक्रिया करून घेतली. यवडं आलं म्हंजे ढाल कुठं जाती?”

मग मांजऱ्याच्या म्हाताऱ्यानं आशीर्वाद दिल्यागत सांगितलं, “करा अर्ज आणि लागा कामाला.”

शिबिर भरवून ढाल मिळवायची, हे नक्की झालं आणि पाटलांनी एक अर्ज तयार केला. त्यावर बड्या-बड्यांच्या आधी चार सह्या झाल्या; आणि मग अर्ज गावातनं फिरू लागला. ‘हे काय, कशापायी?” असं कोणी विचारलंच तर

'काय न्हाई. ढाल मिळवायची हाय. आंगठा उठीव' असं सांगून भराभर आंगठे उठवून घेतले. अशी कामाला चालना मिळाली आणि वीसपंचवीस कागदांचे बंद आंगठ्यांनी भरून गेले. जंग भेंडोळं तयार झालं. लिहिता-वाचता येणाऱ्यांच्या मनावरही त्याचा परिणाम झाला आणि भावनेच्या भरात त्यांनीही सह्या दिल्या. सगळ्या सह्या आणि आंगठे मिळून पाचशेच्यावर नंबर गेला. मग एक दिवस पाटील स्वत: बी.डी.ओ. ला भेटायला जाऊन आणि आपल्या गावाची निकड समजावून सांगून अर्ज देऊन आले.

एवढी तयारी असल्यावर शिबिर भरवायाला काय वेळ होता? गारगार वरची चक्रं फिरली आणि आठ दिवसांत टपाल आलं. पाटलांनी पुन्हा सभासदांची अर्जंट मीटिंग बोलावली. एक दिवस मुक्रर केला. त्याप्रमाणं टपाल धाडलं. त्याचाही खलिता आला. अशी पत्रोपत्री झाली. शिबिराची सगळी तयारी केली. पाचशे लोकांना लागणाऱ्या पुलाव्यासाठी खास कोल्हापूरहून 'काळी गजरी' तांदूळ मागवला. चांगली लालबुंद मिरची आणून कुटून घेतली. मसाला तयार झाला. आचारी ठरवले. आदल्या बाजारी तालुक्याला जाऊन बोकड आणले. कांद्या-बटाट्यांची पोतीही गाडीतनं आली. अगदी अगरबत्तीचा एक पुडासुद्धा विकत आणला. उद्या शिबिर तर आदल्या दिवशीच सगळी जय्यत तयारी पाटलांनी केली. तराळानं गावात दवंडी दिली. गाव एकदम जागं झालं. येणार येणार एवढंच त्यांना माहिती होतं. पण तराळाची दवंडी ऐकून शिबिर उद्याच आलं हे त्यांना कळलं आणि गाव हडबडलं! काही काही लोक रात्रीच चावडीवर जाऊन बघू लागले. एक सर्कस आल्यागत दिसत होतं! डॉक्टरांचा ताफाच्या ताफा आला होता. आरोग्यखात्याच्या दोन मोटारी चावडीपुढेच उभ्या होत्या. एक ट्रक भरून टेबलं आणि खुर्च्या आल्या होत्या. पट्टेवाले अधनंमधनं पळून खेळत होते. मारुतीच्या देवळात मांडामांड चालू होती आणि देवळाच्या मागच्या बाजूला आचारी कांदे सोलत बसले होते. त्यांच्यासाठीच एक मांडव घातला होता. भांडी घासून तयार होती. म्हणजे आखणीच अशी केली होती, की मारुतीच्या देवळात शीर तोडायची आणि मागच्या बाजूला लगेच जाऊन पुलाव्यावर ताव मारायचा. चावडीला लागूनच हे देऊळ होतं. म्हणजे सगळे कनेक्शन बरोबर केलं होतं. हजेरी चावडीत, शस्त्रक्रिया देवळात आणि पिछाडीला पुलावा... ह्यातनं सुटणेकी बात नही! बघणाऱ्या चार लोकांनी ही बातमी फोडली, आणि रात्रीच जत्रा लुटली! रात्री बारापर्यंत पाक सारं गाव येऊन बघून गेलं. लोकांचा हा उत्साह बघून डॉक्टरांनाही हुरूप आला. नवशिके डॉक्टर तर हुरळून गेले. खाटकाला बोकड तशी त्यांना ही माणसं दिसू लागली. ही गर्दी आणि हा उत्साह बघून पाटलांना वाटलं, आता ढाल काही लांब नाही. आपल्या

कारकीर्दीत एवढी एक ढाल मिळवायची आणि सरपंच म्हणून कायम निवडून येण्याची सोय करायची– हा एकच ताळा त्यांनी मनाला घातला आणि रात्रभर जातीनं सगळ्या कामांवर त्यांनी देखरेख ठेवली.

रात्र गेली आणि दिवस उगवला. सगळी तयारी निवडणुकीसारखी दिसत होती. मतदानाला रांग लागावी तशी माणसं येतील असं वाटत होतं. पण दिवस उगवून कासराभर वर आला तरी फारसं कोणी फिरकेनासं झालं. रात्री एवढी झिम्मड उडाली होती आणि सकाळीच माणसं कुठं बेपत्ता झाली कळत नव्हतं! रस्त्याला पोरं दिसायची, बायाबापड्या हिंडताना दिसायच्या; पण तरणं माणूस कोण आढळेना झालं. पहिली दहा-पंधरा माणसं येऊन जेवून गेली आणि मागं सगळं गपगारच झालं. पडद्याच्या आत शस्त्रं मांडून तयार होती– खंडेनवमीला पुजल्यागत ओळीनं मांडून ठेवली होती. डॉक्टर अंगावर पांढरे झगे घालून वाट बघत खुर्चीत बसून होते; पण कोणीच फिरकत नव्हतं. अजून येतील अशी पाटलांना आशा होती; पण सकाळचे दहा वाजले तरी कोणी फिरकेनासं बघून त्यांच्याही तोंडचं पाणी पळालं. डॉक्टरांचाही तगादा सुरू झाला आणि त्यांच्या डोळ्यांपुढची ढाल वितळून गेली. चावडीतले सगळे सनदी त्यांनी गावात पाठवून दिले; पण सनदी हात हलवत रिकामेच चावडीवर येऊ लागले. माणसंच घरांत नव्हती! विचारावं त्या घरात एकच ऐकू येऊ लागलं– "घरात न्हाईत."

सनदी तरी काय करणार? प्रत्येक घरात बाईच भेटायची. माणसं सगळी गुल झाली होती. कोण रानात गेला, तर कोण पाहुण्याकडं पळाला होता. कुणाचे कज्जे-खोकले निघून ते तालुक्याला वकिलाकडं गेले होते. कुणाचा सासरा आजारी पडला होता, तर कुणाची सासू जेर झाली होती. सगळेच असे चहूकडे पसार झाले होते. गावात कुणीच नव्हतं. नाही म्हणायला चारएक लोक घरांत होते; पण त्यांच्या तब्येती ठीक नव्हत्या. कुणाच्या पोटात मुरडा घातला होता, तर कोणच्या छातीत चमक उठत होती. यावर सनदी बिचारे काय इलाज करणार? पाटील धीराचे होते. त्यांनी सनद्यांना चावडीत बसू दिलं नाही. त्यांना रानोमाळ पिटाळून लावलं. उनातानाचं सनदी रान तुडवत हिंडू लागले. रानं सगळी बेवारशीच दिसत होती. बघावं ते रान मोकळं! रानात कोण असणार? कोण असतोय हिंगनमिट्टा! मोटा थंड आणि पाणी बंद असंच सगळीकडं दिसत होतं. भांगलण नाही का खुरपण नाही. औतबीत सगळा बंद होता. आयला! ही माणसं उलथली कुठं? काही कळेना झालं. चुकून एक-दोघेजण भेटले. पण त्यांना काही बोलायची सोय नव्हती, कारण ते होते दांडगेश्वर. त्यांनीच सनद्यांना सांगितलं, "आम्ही रानात भेटलो म्हणून सांगायचं न्हाई. न्हाई तर बघा लेकानु गुद्दं घालीन. जरा तंबाकू द्या आणि व्हा म्होरं... हाना गाडी..."

अशा ठिकाणी न थांबता त्यांनी गाडी हाणली; पण हात हालवतच चावडीत गेल्यावर पाटील खेकसले. त्यांनी सनद्यांना हाकलून काढलं आणि तसंच मोकळ्या हातानं माघारी यायचं नाही. यायचं तर कुणाला तरी बरोबर घेऊनच यायचं, असं पाटलांनी बजावलं आणि एक भिकारी हिंडावा तसे सगळे सनदी गावातनंच फिरू लागले. माणसं तर कोणीच गावत नव्हती आणि शिकार साधल्याशिवाय चावडीवर जाता येत नव्हतं. एका सनद्याला मात्र एक शिकार दिसली. रस्त्याच्या कडेला एक गवंडी हातात छिन्नी घेऊन दगडावर ठोके देत बसला होता. पाठीवर ऊन घेत गप तो खाली बघून आपलं काम करीत होता आणि एकाएकी कुत्र्यानं सशाची मान तोंडात धरावी, तसा गपकन सनदी जवळ येऊन म्हणाला, "एऽऽ गवंड्या, चल पाटलानं बोलीवलंय."

तोंडातली लाळ खाली भुईला अर्पण करून त्यानं विचारलं, "का हो नाईक?"

"चल आधी चावडीवर."

"चावडीवर? का हो?"

"ऊठ, ऊठ!"

"तरी पन!—"

"अरं, पाटलांनी बोलीवलंय म्हंतोय न्हवं. ऊठ आधी. बांध पटका."

उन्हात हिंडून हिंडून सनद्याचं डोकं आधी तापलं होतं. त्याला ही शिकार बरी सापडली. त्यानं दोन मिनिटांत त्या गवंड्याला हागमूत आणला. बसूच दिलं नाही. तेही घाबरलं. असं एकाएकी चावडीवरचं बोलावणं का यावं म्हणून सटपटलंच. हातातलं काम सोडून उभा राहात त्यांन विचारलं, "पर एवढं तगाद्याचं काम तरी काय काडलंय?"

सनदी म्हणाला, "तुला पुलावा खायला बोलीवलंय, चल तू!"

"अशी का थट्टा करता गरिबाची?"

"थट्टा न्हाई, आधी चल बाबा!"

"मग काय करायचं!" असं म्हणत त्यानं डोकीचा पटका आवळला; आणि पाय उचलण्यापूर्वी विचारलं, "बरोबर छिन्नी-हातोडा काय घेऊ, का तसाच येऊ?"

"छिन्नी-हातोडा ते सगळं तिथं तयार हाय. तू नुसता चल म्हंजे झालं."

सनदी कुणाला घेऊन येतोय ह्याची वाट बघतच पाटील बसले होते. गवंड्याला बघितल्यावर शिकार साधली असंच त्यांना वाटलं. त्यांचा काळा पडलेला चेहरा जरा उजळला. त्यांनी हसून बघितलं आणि मुजरा करून गवंडी म्हणाला,

"रामराम पाटील"

"बरं झालं आलास. आधी मारुतीच्या देवळात जा."

"काय भीतबीत ढासळली व्हय?"

“तुला ठावं न्हाई?”
“काय जी?”
पाटलांनी सांगितलं, “शिबिर आलंय, शीर तेवढी तोडून घे जा बघू.”
आधीच त्याची हबेलंडी उडाली होती. हातपाय गळाले होते. हबकलेल्या त्या गवंड्याला ‘शीर’ ऐवजी ‘हीर’ ऐकू आली आणि ‘तोडून’ याचा अर्थ त्यानं ‘फोडून’ असा लावला. हिरीतलं दगड फोडायचं काम असंल असा अन्वयार्थ लावून त्यानं भलतंच विचारलं, “हिरीतलं दगड घडवायचं म्हंता?”
“खुळ्या शीर तोडायची शीर! हीर न्हवं!”
“शीर?”
“व्हय, तुझी पोरं बंद व्हायचं आपरेशन.”
फक्कन त्याच्या डोक्यात प्रकाश पडला आणि कळवळल्यागत करून तो म्हणाला, “नका जी. नका माझ्यावर अशी गदा आणू!”
पाटलांनी विचारलं, “असं म्हटल्यावर मग ढाल कशी मिळनार?”
“काय करायची जी गरिबाला ढाल आणि तलवार?”
“अरं, तुला ढाल न्हवं, गावाला!”
“असं व्हय”, असं म्हणून गवंडी कचवचत बोलला, “पर पाटील, माझी शीर तोडून आता त्याचा काय उपेग न्हाई.”
“का रं?”
“कसं सांगू?”
“काय सांग की.”
सांगण्याशिवाय काही गत्यंतर दिसेना मग खालवर बघत तो म्हणाला,
“माझ्या बायकूचा इटाळ गेलाय.”
“पर तुझा गेलाय का?” असं उलट पाटलांनी विचालं आणि तो मुक्यागत गपच राहिला. मग पाटीलच म्हणाले, “अरं, नुसतं चार मिंटाचं काम बघ. मुंगी चावल्यावानी हुतंय. मुंगीच चावली म्हनायचं आणि चट्टशिरी मोकळं व्हायचं.”
मान हालवून तो म्हणाला, “मला भ्या वाटतंय, झेंडू फुटंल मला.”
“ए ऽऽ झेंडूच्या ऽऽ! कवा मुंगी चावती का न्हाई तुला?”
“चावती तर!”
“मग काय करतोस तवा? तसंच म्हण आणि जा पुलावा खायाला. लवकर मोकळा हो. जा बाबा. काळी गजरी तांदूळ आणलाय. हिकडं मुंगी चावून घ्यायची आणि तिकडं पुलावा खायाला बसायचं.”
“पर इनाकारणी का म्हणतो! आता पोरं हुनार हैत व्हय मला?”
पाटील एक हात करून म्हणाले, “अरं, पर सगळंच असं म्हटल्यावर

गावाला ढाल कशी मिळायची? जा पुलावा वाट बघाय लागलाय.''

खरंच पुलाव्याचा वास नाकात शिरत होता. सकाळधरनं काम करून पोट आत भकाळ गेलं होतं. पुलाव्याचं नाव घेतल्यावर तोंडाला लाळच सुटली आणि त्यात पाटील म्हणाले, ''आटीप लौकर, नुस्ती मुंगी चावल्यागत हुतंय रंऽऽ. तेवढं झालं की लगेच पुलावा खायाचा आणि दक्षिणा घेतल्यागत वर पैसेबी घ्याचं.''

पोटात भूक खवळली होती. त्यानंही मनाचा हिय्या केला आणि पुलाव्याचा जप करीतच तो देवळात शिरला. अंगावरचं धोतर वर करून तो गडबडीनं डॉक्टरांना म्हणाला, ''भूक लागलीया. आटपा लौकर! काय मुंगी चावती ती चावू द्या त्याच्याऽऽयला! पुलावा खायला करा मोकळं.''

डॉक्टरांनी हातात इंजेक्शनची सिरेंज घेतली. चिमट्यानं सुई उचलली तसं धोतर खाली सोडून तो म्हणाला, ''अरं देवा, कुठं टोचता? ही कसली मुंगी ऽऽ? ही तर सुई!''

''काही घाबरू नका.'' असा डॉक्टरांनी धीर दिला आणि घाम फुटलेला गवंडी म्हणाला,

''दंडाला तरी द्या... खाली नको, अहो नको ऽ''

''गप बसा. हलू नका...''

तो डोळे झाकूनच बोलला, ''ती कसली ढाल मिळनार हाय ती बघाय मला जित्तं तर ठेवा! अग बाई बाई बाई! मेलो ऽऽ! गावाला ढाल आणि आमचं हाल.''

गवंड्याचं बोलणं-ओरडणं बंद झालं. मुंगी डसून काम सुराला लागलं आणि एक उसासा टाकून पाटील सनद्याला म्हणाले.

''जा सूट. अब्रू जायाची पाळी आलीया. निदान अशीच एक पाच-पंचवीस धरून आणा.''

जरा विचार केल्यागत करून सनद्यानं विचारलं, ''चार भिकारी धरून आनलं तर चालेल का?''

''गवंडी चालतोय आणि भिकारी चालंना व्हय?''

''मग कोण फिरताना दिसलं तर घेऊन येतो.''

''आन आन. काय हुतंय त्याला? झोळी चावडीत ठेवायची आणि देवळात धाडायचं... पळ...''

●

उपाय

जगताप गुरुजी नुसते मास्तर नव्हते, महामास्तर होते. त्यांच्या अंगात नाना कळा होत्या. अमुक एक कला त्यांना अवगत नव्हती, असं नव्हतंच. सर्वगुणसंपन्न असा हा माणूस होता. त्यांना काय येत नव्हतं? कुठल्याही कामात सुंदर वशिला लावता येत होता. भोळ्या-भाबड्या लोकांचा पैसा खाण्यात तर त्यांचा हातखंडा होता. पोरं सातवीच्या परीक्षेला बसली, की वशिला लावून त्यांना पास करायला दरसाल जगताप गुरुजी पैसा गोळा करायचे आणि नापास होतील त्या पोरांचे पैसे न चुकता ते परतही करायचे. असा हा हिकमती माणूस जसा शाळेत शिकवायचा, तसाच फडात उभा राहून डफावर थापही हाणायचा! दोन गड्यांची ताकद अंगात होती आणि गळा भरडा होता. त्या जोरावर शाहीर म्हणूनही त्यांनी नाव कमावलं होतं, स्टेट शाबूत होतं, तोवर छत्रपतींवर त्यांनी पोवाडे रचले. स्टेट गेले, तसे पोवाड्यातले छत्रपती गेले आणि त्या जागी जपानी भातशेती आणि कंपोस्ट खड्डे आले! असे हे शाहीर मास्तर निवडणूक आली म्हणजे दोन-दोन महिने रजेवर जायचे. पोवाडे म्हणायचे, भाषण ठोकायचे. तसाच वैशाख मास आला म्हणजे लग्नं जमवायचे आणि काही जमलेली लग्नं मोडायचेही! असे कैक गुण त्यांच्या अंगात होते. विद्येनं भरलेलं ते एक पोतं होतं, असं म्हटलं तरी चालेल... चालेल का? जगताप गुरुजी म्हणजे एक विद्येचं पोतंच होतं! त्या जोरावर गेली दहा वर्षं त्यांनी कुणाला आपली बदली करू दिली नाही. इतकी वर्षं एकाच गावात ते तळ देऊन बसले हाते. कोणी बदली करणारा भेटला, तर त्याचीच बदली करून ते मोकळे होत होते. मी-मी म्हणणाऱ्या अधिकाऱ्यांनी त्यांच्यापुढं हात टेकले होते आणि गुरुजींनी आपल्या गावात झकास बस्तान बसवलं होतं. काही कशाचा डग नव्हता. वर्गात शिकवताना, दरसाल दरशेकडा आठ-नऊ असा व्याजाचा दर असला, तरी दरमहा दर

रुपयास दोन आणे असं व्याज घेऊन ते पैसे उसने देत होते. अशी सावकारी चालू होती, दरमहा पगार येत होता, शिवाय अडपझडप काही मिळत होतं. एकूण सगळं झकास चाललं होतं. स्वकष्टार्जित वीस एकर रान केलं होतं. चार म्हशी पाळल्या होत्या. दुधाबरोबर पाण्याचाही पैसा होत होता. एरंडाच्या झाडाला जायफळ लागत होतं. यापेक्षा आणखी काय पाहिजे होतं? गावात त्यांचं राज्य चालू होतं, राज्य!

पण अशा या गुरुजींना एक वस्ताद भेटला. संस्थान विलीन होऊन सगळी अदलाबदल झाली. जुने अधिकारी जाऊन नवे आले. पेंढी पुढं केल्यावर गप्प बसणारी शेळी गेली आणि गवताच्या काडीला न शिवणारा एक वाघ आला. तो यायच्या आधीच त्याच्या डरकाळ्या कानावर येऊ लागल्या. गडगडाट करीत वळीव यावा, तशी बोलवा आधी ऐकू आली आणि मागनं त्याची कारकीर्द सुरू झाली. आल्या आल्या महाडीकसाहेबांनी दरारा बसवायला सुरुवात केली.

नवे बदलून आलेले महाडीकसाहेब काही नुसते लंडन टी.डी.बी.डी. नव्हते. ते होते आपले साधे बी.टी.च; पण एकजात सगळ्यांची पी.टी. घेण्याइतके ते तयार होते. चांगली वीस वर्षं नोकरी करून बारा गावचं पाणी त्यांनी पचवलं होतं. खात्यातल्या सगळ्या खाचाखोचा त्यांना चांगल्या माहीत होत्या. शेकडो शिक्षक त्यांच्या नजरेखालून गेले होते आणि आजवर शेपन्नास शिक्षकांना तरी त्यांनी चाळणीत पाणी घ्यायला लावलं होतं! मोट सुरू झाल्यावर दारं मोडायला पाणक्या उसाच्या फडात शिरावा, तसं पाणी पाजायलाच ते सोलापूरहून कोल्हापूरला आले होते! ते आले आणि एकेकाची जहागीर बुडायला सुरुवात झाली. जगताप गुरुजींचं राज्यही डळमळणार, असं वाटू लागलं. कारण रोज बदलीचे सुरुंग उडत होते आणि खाणीतले खोल तळाचे दगडही वर फेकले जात होते. पाच-पाच, दहा-दहा वर्षं एकाच घरात बसून असलेल्या पटावरच्या सोंगट्या भराभरा मागंपुढं होऊ लागल्या. देशावरचा कोकणात चालला आणि कोकणातला देशावर येऊ लागला. आपल्यालाही भात खायला आता कोकणात जावं लागेल, म्हणून जगताप गुरुजी आधीच सावध झाले. इथं वशिल्याचं ठिगळ लागायचं नाही, हे त्यांनी पुरं ओळखलं आणि स्वत:च संधान बांधायचं काम सुरू केलं. आपलं स्वत:चं गुऱ्हाळ नसताना एक दिवस उसाची मोळी त्यांनी सायकलीला बांधली. दुसऱ्याच्या गुऱ्हाळातली गुळाची एक अर्धी भेली मागून घेतली. ती मागं कॅरियरवर ठेवली. एका पिशवीत ताजा भाजीपाला भरला आणि स्वारी थेट कोल्हापूरला जाऊन महाडिकसाहेबांच्या घरात हजर झाली. अलबत भेट व्हावी म्हणून भल्या सकाळी त्यांच्या दाढीच्याच टायमाला जाऊन त्यांनी गाठलं. तोंडावर ब्रश फिरवतच साहेब बाहेर आले. त्यांनी काही विचाराच्या आत अदबीनं हात जोडून

जगताप गुरुजी त्यांना म्हणाले,

"आठ रोज झाले गुराळ चालू हाय."

"बरं मग?..."

"मुलांना खायला ऊस घेऊन आलोय."

"पण कोण आपण?"

"मी जगताप."

"कोण जगताप?"

"शिक्षक. आपल्या तळंदे गावाचा!"

"तळंदे...?"

"व्हय."

"जगताप गुरुजी...?"

"व्हय."

"गेल्या दहा वर्षांत तुमची कुठं बदली झाली नाही– तेच ना?"

हे ऐकून धड 'होय' म्हणता येईना झालं आणि साहेब म्हणाले, "बसा जरा."

बैस म्हटल्यावर वर्गातला मुलगा खाली बसावा, तसे ते खाली बसले आणि लगेच उठून म्हणाले, "तेवढं आत आणून ठेवतो."

"काय?"

"ते ऊस..."

"असू द्या. जरा बसा खाली."

उठाबशी काढावी, तशी तऱ्हा झाली आणि उठून उभे राहिलेले गुरुजी पुन्हा खाली बसले. पाटावर जेवायला बसावं, तशी त्यांनी आलकटपालकट मांडी घातली आणि मान वर करून ते बघत राहिले.

साहेबांनी विचारले, "काय गुरुजी?"

"जी."

"तुम्ही शाहीर आहा म्हणे."

काय बोलावं कळेना झालं आणि साहेबांनीच पुढं विचारलं, "शाळेत काम केव्हा करता आणि पोवाडे केव्हा म्हणता?"

"सुटीच्या वेळात... जमंल तेव्हा."

"अस्सं... बरं कोणत्या गावाला जायची इच्छा आहे?"

असा काही प्रश्न विचारला जाईल, हे त्यांच्या ध्यानीमनीही नव्हतं. एकदम पायाखालची वाळू सरकावी, तसं झालं आणि काही उत्तर न देता ते त्यांच्या तोंडाकडंच बघत राहिले. तोच प्रश्न साहेबांनी पुन्हा विचारला. नाही म्हटलं, तरी

शाहिराच्या अंगात कला होती. लगेच गुरुजींनी आपला चेहरा पाडला. तोंड वाईट केलं आणि हात जोडून गरीब गाईगत काकुळतीला येऊन ते म्हणाले,

"रावसाहेब, तेच सांगायला आलोय."

"काय?"

"घरात दमंकरी एक म्हातारी हाय. म्हातारीच्या हातनं काय काम निभत नाही. अजून एक वर्ष-सा म्हैनं मला हलवलं न्हाई, तर बरं होईल."

"असं होय?"

"व्हय रावसाहेब, एवढी दया दाखवा, म्हंजे लई उपकार होतील."

गालावर ब्रश फिरवून झाला होता. उभं राहून भिंतीवरच्या आरशात बघत ते गालावरून खोरं फिरवू लागले आणि दाढी करता करता म्हणाले,

"इतकी अडचण आहे म्हणता?"

"व्हय. त्यात बायकोचं बाळंतपण जवळ आलंय."

"मग...?"

"साएक म्हैनं अडचण हाय बघा."

साहेब मान वळवून मागं बघत म्हणाले, "इतकी अडचण आहे, तर मग राजीनामा देऊन मोकळे का होत नाही?"

गुरुजी कसंबसं म्हणाले,

"साहेब, असं कसं?"

"का? पुष्कळ पैसा मिळवला ना? आता जरा घरात बसून खायचं. तुमची शेती आहे. शिवाय सावकारी आहेच की."

गुरुजी मनात चांगलेच चपापले, पण औचित्य दाखवून बोलले, "रावसाहेब, हे खरं नाही. कुणीतरी कान भरवल्यालं दिसतात."

"आणि तुम्ही कशाला आलाय?"

"कानावर अडचण घालावी म्हणून आलोय आपल्या पायांजवळ."

साहेबांनी विचारलं, "मग हे सांगायला ऊस कशाला घेऊन आलाय?"

"मोकळ्या हातानं कसं येऊ?"

"तो ऊस घेऊन तुम्ही गावी जा."

गुरुजींनी विचारलं, "हितवर ओझं घेऊन आलोय आणि आता ते माघारी घेऊन जाऊ?"

"मग इथं बाजारात विकून जा."

यावर काय बोलणार? हेटावल्यागत झालं, पण त्यांची चिकाटी दांडगी होती. तीनतीनदा सांगितलं, तरी त्यांनी ती उसाची मोळी आत घरात जाऊन ठेवून दिली. गुळाची भेलीही ठेवली आणि भाजीची पिशवी हातात घेऊन थेट

गुरुजी स्वयंपाकघरा- पर्यंत गेले. साहेबांच्या एका लेकीला 'वैनी' अशी हाक मारून पिशवी तिच्या हातात दिली. एका लहान पोराला बळजबरीनं सायकलीवर बसवून एक अर्धा तास राउंड मारला. चॉकलेटचा एक पुडा घेऊन दिला आणि घरातल्या सगळ्यांच्या ओळखी-पाळखी करून घेऊन ते माघारी आले. ते आले आणि पाठोपाठ चार दिवसांत बदलीची ऑर्डरही आली. भली लांब भाताच्या मुलखातच बदली झाली होती.

घाट उतरून खाली जायची पाळी आली. काय करावं समजेना झालं. तोवर गावात कुणाची तरी एक म्हैस व्याली. एक शेरभर गिन्ना घेऊन गुरुजी भेटायला गेले.

साहेबांनी विचारलं, "आज आणि हे काय घेऊन आलाय?"

"काल म्हैस व्याली, जरा गिन्ना घेऊन आलोय."

"बरी वेळेवर व्याली म्हणायची." असं म्हणून ते हसले व गुरुजी बघत राहिले. मग साहेबांनीच खुलासा केला, "तुम्ही दुसऱ्या गावी जाऊन हजर झाला असता आणि मग ती व्याली असती, तर खरवस कुठला खायला मिळाला असता?"

"त्याचं काय तेवढं नाही."

"तर मग?"

"पर घोटाळा झाला असता बघा!"

"ते कसं काय?"

गुरुजींनी सांगितलं, "माझ्या सवयीची हाय. दुसऱ्याला धार देत न्हाई."

तसे साहेब बेरकी होते. ते म्हणाले, "घरच्या म्हशीलासुद्धा कशाला एवढी आपली सवय लावायची?"

"पैल्यापासनं सवय माझी लागली. काय करायचं?"

"तुम्हीच तिला हिंडवता?"

"हिंडवत नाही खरं, पाणी ते मी दाखवतो की!"

"मग आता कसं करणार?" असं साहेबांनी विचारलं आणि गुरुजी अजिजीनं म्हणाले, "रावसाहेब, तुम्हीच आता अडचण सोडवा."

गुरुजींनी अशी पुष्कळ विनवणी केली, दया भाकली, सगळं झालं; पण साहेब काही बदलले नाहीत. त्यांनीही आपल्या अनंत अडचणी सांगितल्या. त्यांनाच विचारलं,

"तुमची एक म्हशीची अडचण आहे, पण इथं किती अडचणी आहेत बघा! तीन महिने त्या शाळेला शिक्षक नाही. म्हशीची अडचण मोठी का शाळेची? तुम्ही आपल्याबरोबर म्हैस घेऊन जाऊ शकता, पण शाळेला कुठं धाडता येईल?"

गुरुजी निरुत्तर होऊन परत फिरले. बदली कशी रद्द करावी, हा प्रश्न पडला. पुढाऱ्यांच्या ओळखीपाळखी होत्या. त्यांचा वशिला लावून बघितला, पण बदली हुकमात काही बदल झाला नाही. मग त्यांनी अक्कल लढवली आणि एक महिन्याची शीक लीव्ह काढली. ती संपली; मग आणि एक महिना वाढवला. असे चार महिने गेले. बदलीहुकूम रद्द झाला. पुन्हा त्यांची नेमणूक त्याच गावात झाली. लगेच आजार गेला आणि शाळा सुरू झाली. असे काही दिवस गेले. पुन्हा बदली झाली. गुरुजी पुन्हा आजारी पडले. पुन्हा बदली रद्द झाली. असं बदलीचं आणि आजारपणाचं हे चक्र सुरू झालं.

गुरुजी असे आजारी असतानाच एक दिवस साहेब त्या गावात शाळा तपासायला आले. त्यांनी गुरुजींना मुद्दाम बोलावणं पाठवलं. अंगावर एक चादर घेऊन गुरुजी सोंग काढून शाळेत आले.

साहेबांनी त्यांना विचारलं, ''काय गुरुजी, काय म्हणते तब्येत?''

''काय ठीक नाही, रावसाहेब!''

''काय होतंय?''

''नुस्ती पोटात कळ हाय बघा.''

साहेब म्हणाले, ''लिव्हर बिघडली असेल तुमची.''

''काय बिघडलंय कुणास ठाऊक!''

''कुणाचं औषध घेता?''

''हितलंच हकिमाचं घेतो.''

''असं करू नका.'' असं म्हणून ते गुरुजींना म्हणाले, ''तुम्ही आता असं करा''

''कसं?''

''माझ्याबरोबर कोल्हापूरला चला.''

''आणि?''

''मी चिठ्ठी देतो, त्या डॉक्टरना भेटा. नीट तपासणी करतील आणि बरे व्हाल.''

काही न ऐकता साहेबांनी त्यांना आपल्याबरोबर नेलं. एक चिठ्ठी दिली. काय जातंय आपलं डॉक्टरला भेटायला, म्हणून चिठ्ठी घेऊन गुरुजी दवाखान्यात गेले. डॉक्टरनी ती चिठ्ठी पाहून त्यांना विचारलं, ''तळंदे गावचे शिक्षक काय?''

''व्हय.''

''पडा टेबलावर.''

पोट दाखवायला म्हणून ते टेबलावर पडले. डॉक्टरनी पोट पाहिलं. छाती तपासली, हे सगळं सोंग केलं आणि मग रक्त काढून घ्यायला म्हणून कचाकच

सुया खुपसल्या. पंधरा ठिकाणी तर सुईनं भोकं पाडली.

कंपाउंडरनं अकारण एक इनेमा दिला. गुरुजी बेजार झाले आणि त्या दवाखान्यातच राहिले. फिजिशियननं करायचे तेवढे हाल केले आणि पाच-सहा दिवसांनी त्यांना एक चिठ्ठी देऊन एका डेंटिस्टकडे पाठवून दिलं.

ती चिठ्ठी बघून डेंटिस्टही म्हणाला, "तळंदे गावचे शिक्षक काय?"

"व्हय."

"बसा खुर्चीवर."

गुरुजींच्या अंगावर काटा आला आणि त्यांनी विचारलं,

"डॉक्टर, काय करता?"

"दात तपासतो."

गुरुजी खुर्चीवर बसले आणि डॉक्टर त्यांना म्हणाले,

"उघडा तोंड... आ ऽऽ करा."

त्यांनी आ केला. डॉक्टरनी एकवार तपासणी केली. सगळे दात मजबूत होते;

पण ते म्हणाले, "दातांच्या मुळांना रोग लागलाय."

"अहो दात चांगलं हैत माझं. अजून कडाडा ऊस फोडून खातो मी!"

"ते दिसायला चांगले आहेत, पण मुळांना रोग आहे, आणि त्यामुळे पोटात बिघाड झालाय."

"तसं न्हाई हो!"

"तुम्ही डॉक्टर आहा, का मी?" असं म्हणून त्यांनी इंजेक्शनची सिरिंज हातात घेतली आणि ते गुरुजींना म्हणाले, "मास्तर, उघडा तोंड... आ करा."

त्यांनी तोंड पसरलं, कंपाउंडरही मदतीला आला आणि डेंटिस्टनं एकदम इंजेक्शनच दिलं. 'आ ऽऽ आ ऽऽ' करीत गुरुजी त्याला म्हणाले, "अहो, काय करता काय? मला वाटलं नुसता बोळा लावताय. अग आईग ऽऽ– इंजेक्शन दिलं काय हो?"

"आ ऽऽ करा. डोळे झाका."

आता डोळे न झाकून ते तरी काय करणार? डोळे आपोआपच झाकले! भीतीच पडली. तोंड पसरलेलंच होतं आणि डॉक्टरनी दात उपटायला सुरुवात केली. भुइमुगाच्या वेलाच्या शेंगा तोडाव्या, तसं त्यांनी चारपाच दात सहज एक दमात काढून टाकले. पेशंटला घरी न पाठवता दवाखान्यात ठेवून घेतलं. निघालेल्या दातांचं रक्त बंद झालं की डॉक्टर लगेच इंजेक्शन देऊन दुसरी बाजू बधिर करायचे आणि पुन्हा एका दमात चारपाच दात काढायचे. त्यांनी अक्कलदाढासुद्धा शिल्लक ठेवल्या नाहीत. अखेर तोंडाचं सगळं बोळकं झालं

आणि गुरुजी त्या दवाखान्यातनं बाहेर पडले. अक्कलदाढा गेल्या आणि मग अक्कल आली. आपल्या जिवाचे एवढे हाल झाल्यावर त्यांना यामागची हिकमत समजून आली. साहेबाची दहशतच बसली आणि आपल्या जिवाचं काही बरं-वाईट व्हायला नको, म्हणून आपण होऊन ते साहेबांना भेटायला गेले. त्यांच्या तोंडाचं ते बोळकं बघून साहेबांनीच विचारलं, ''काय हो गुरुजी, दात कुठं गेले?''

आधी खाली वाकून गुरुजींनी त्यांच्या पायाला हात लावला आणि आपल्या बोळक्या तोंडानं हसत ते म्हणाले, ''रावसाहेब दात घशात गेले!''

''कुणाच्या?''

''आणि कुणाच्या, माझ्याच की!''

''म्हणजे तुमचेच दात तुमच्याच घशात गेले म्हणा!''

''म्हणा काय, गेलंच की!''

खोटं आश्चर्य दाखवून साहेब म्हणाले, ''गुरुजी, असं कसं झालं हो?''

''गप बदलीच्या गावाला हजर झालो असतो, तर असं कशाला झालं असतं?''

''छे! छे! तुमचा काहीतरी गैरसमज झालेला दिसतोय!''

''रावसाहेब, तसं काय न्हाई बघा.'' असं म्हणून त्यांनी पुन्हा एकदा त्यांचे पाय धरले आणि वर बघत म्हटलं, ''नुस्तं दातावर भागलं, ह्यात मी समाधानी हाय. आता काय मी आजारी पडत न्हाई. कुटंबी बदली करा!''

●

गराझ

चित्रपटाच्या लेखनासाठी कोल्हापूरला गेलो होतो. फक्त काही दृश्यांचं पुनर्लेखन करायचं होतं. त्यासाठी फार तर चारपाच दिवस लागतील अशी अपेक्षा होती; पण माझ्या अंदाजाप्रमाणं काम आटोपलं नाही. एकातून एक असं काहीतरी निघतच राहिलं; आणि मुक्काम वाढला. पुण्याला घरी परतण्याची मला ओढ लागली होती. सलग दहा दिवस कोल्हापुरात राहून कंटाळाही आला होता. लवकर निघता यावं म्हणून आज सकाळपासून चांगली बैठक मारली. दुपारपर्यंत बरंचसं काम उरकलं. आज लंच न घेता संध्याकाळपर्यंत सगळं काम संपवावं आणि उद्या सकाळी किंवा फार तर दुपारी पुण्याला निघावं असा बेत करून मी निर्मात्यांना म्हणालो, ''आज काम संपेल. सकाळच्या लक्झरीचं माझं रिझर्वेशन केलं तर बरं होईल.''

यावर ते म्हणाले, ''आपण असं करू. उद्याची सकाळ हाताशी ठेवू. काही राहिलं तर सकाळी काम संपवा. दुपारी वाचन करू आणि संध्याकाळच्या गाडीनं तुम्ही जा. चार-साडेचारच्या गाडीचं मी रिझर्वेशन करतो.''

यावर फारशी चर्चा न करता मी कामाला लागलो. अपेक्षेप्रमाणं संध्याकाळीच काम उरकलं. निर्मात्यांनीही उद्याच्या संध्याकाळच्या गाडीचं रिझर्वेशन केलं होतं.

सकाळी वाचन झालं. सगळ्यांचं पूर्ण समाधान झालं होतं. मी म्हटलं, ''आता लंच घेऊन निघायला हरकत नाही ना?''

''रिझर्वेशन संध्याकाळचं आहे.''

''ते कॅन्सल करा आणि दुपारच्या एखाद्या गाडीचं मिळतं का बघा.''

यावर ते म्हणाले,

''जरा आराम करा. झोप वगैरे घेऊन संध्याकाळीच जा ना.''

एवढ्यात आमचे निर्मितिप्रमुख म्हणाले, ''तुम्ही लंच घ्या. मी करतो व्यवस्था.''

"काय करणार?"

"तीनच्या सुमाराला काही खाजगी कार इथून सुटतात. मी करतो त्यात व्यवस्था. साडेतीन तासांत पुण्याला जाल."

त्यांच्या या बोलण्याला इतरांनीही साथ दिली. मलाही हुरूप आला. आता दुपारचे साडेबारा वाजलेच होते. भराभरा सगळे कपडे आवरले. नेहमी विसरतो त्या वस्तूंची एकदा मनात उजळणी केली. आठवणीनं एकेक वस्तू बॅगेत भरली. टॉवेल, नॅपकिन, टूथपेस्ट, ब्रश, साबण सगळ्या वस्तू भरून झाल्या; तरीही काही राहिलं नाही ना, हे पाहावं म्हणून खोलीत सगळीकडं नजर फिरवली. एकदा बाथरूममध्येही चक्कर मारली. बेसिनजवळ आलो आणि तेलाची बाटली दिसली; तीही घेतली. काही राहिलं नाही याची खात्री झाल्यावर बॅग बंद करून मी म्हणालो,"चला, आता छान लंच घेऊ, थोडा आराम करू आणि निघू"

दीडला आमचा लंच संपला आणि फोन आला. अडीचलाच गाडी माझ्याकडे येणार होती. म्हटलं, 'चला, छान झालं! लवकर घरी जाऊन पोहोचता येईल.' अडीच अधिक साडेतीन तास असा मनात लगेचच्या लगेच हिशेबही केला. साडेतीन, साडेचार, साडेपाच आणि अर्धा तास म्हणजे सहा. अगदी दिवसाबरोबर आपण घरी जातो. खरं तर दिवस सध्या मोठे आहेत. दिवसाच्या आधीच आपण पोहोचणार! समजा, साडेतीनच्या ऐवजी चार तास जरी मोडले तरी काही बिघडणार नाही. घरी जाऊन वॉश घेतला, की पुन्हा थोडे पायसुद्धा मोकळे करून यायला हरकत नाही...

निरोपाप्रमाणं बरोबर अडीचला गाडी येऊन हॉटेलपुढे उभी राहिली. मी तयारच होतो. गाडीचा रंग तर अगदी नवा तुकतुकीत दिसत होता. डिक्कीत बॅग टाकून मी पुढच्या सीटवर जाऊन बसलो. अजून दुसरं कोणी गाडीत नसल्यामुळे मला माझ्या मनासारखी जागा मिळाली. मन खुषीत होतं. सिगरेट पेटवली. एक झुरका घेतला आणि गाडी सुरू झाल्यावर मी ड्रायव्हरला म्हटलं, "आपण केव्हा पोहोचू?"

समोर बघतच तो म्हणाला, "पोहोचू की." जेवढ्यास तेवढं आणि मोजकंच बोलण्याची काही लोकांची सवय असते. हा ड्रायव्हर मला त्या घराण्यातला वाटला! अशा लोकांशी बोलण्यात रस नसतो. मी न बोलता आपले झुरके घेत राहिलो.

मला घेतल्यावर गाडी पुन्हा दुसऱ्या एका हॉटेलकडे गेली. तिथून मग पुन्हा आणखी काही ठिकाणी गेली. यातच तीन वाजले!

सगळ्या सीट्स घेऊन झाल्या, तेव्हा साडेतीन झाले होते. मनात आलं– आपला हिशेब चुकणार वाटतं! अर्धाएक तास अधिक लागेल हे मी गृहीत धरलं

होतं; पण तो अर्धा तास इथंच मोडला, तरी गाडी अजून इथंच होती. मी म्हटलं, "अहो, साडेतीन झाले! केव्हा निघता?"

"निघू की."

पुन्हा मघासारखंच उत्तर! मी दुसरी सिगरेट पेटवली आणि गाडी निघण्याची वाट बघत राहिलो. मग ड्रायव्हरनं सगळ्यांचे पैसे वसूल केले. ते दोनदा, तीनदा मोजले. कुणा एकाला त्यातलं कमिशन दिलं. दोघांत थोडी हुज्जतही झाली. मग आणखी एक रुपया ड्रायव्हरनं त्याच्या अंगावर फेकला आणि एकदाची गाडी सुरू झाली. मी मनात म्हटलं, "सुटलो!"

एवढ्यात एक पेट्रोलपंप आला आणि गाडी पंपावर जाऊन उभी राहिली.

आत पावणेचार वाजले होते. जाणाऱ्या प्रत्येक मिनिटाला मन अस्वस्थ होत होतं; पण ड्रायव्हर मात्र अगदी संथ गतीनं आपली कामं उरकत होता. आम्ही सगळेच चुळबूळ करीत होतो. आमच्यापैकी कुणीतरी एकजण म्हणालं, "अहो, इथंच चार वाजायला आले. आटपा लवकर!" त्यावर ड्रायव्हरनं विचारलं, "पेट्रोल घेऊ, का तसंच निघायचं?"

बोलणाऱ्याचं तोंड बंद झालं. पेट्रोल भरून झालं. मग बॉनेट उघडून तेल घातलं. सगळ्या चाकांतील हवा पाहिली. इंजिनमध्येही थोडं डोकावून पाहिलं आणि मग एकदाची गाडी निघाली. मार्गी लागली. शहर मागं गेलं. मागच्या सीटवरून कुणीतरी कुजबुजलं, "मशीनचा आवाज का असा येतो?"

तो बहुधा जाणकार असावा. मी वळून पाहिलं आणि हळू आवाजात बोललो, "मलाही जरा शंका येते."

आमची ही कुजबूज ड्रायव्हरनं ऐकली असावी. त्यानं फक्त एकदा मागं वळून नजर टाकली. कोण बोलतंय हे पाहिलं आणि पुन्हा समोर बघून तो आपली गाडी चालवू लागला. तोंड उघडलं नाही. बोलण्याचे कष्ट घेतले नाहीत. त्याला गरज तरी काय होती म्हणा! आठदहा मैल मागं गेले होते. आता गाडीतून कुणी उतरू शकलं नसतं.

वाठार गेलं, कऱ्हाड आलं. ड्रायव्हरनं गाडी एका हॉटेलपुढं उभी केली. मी म्हटलं, "इथं कशाला गाडी थांबवता? एकदम सातारला थांबू ना."

दुसराही एक सहप्रवासी म्हणाला, "सातारला चहाही चांगला मिळतो. चला, सातारलाच थांबवा."

ड्रायव्हर खाली उतरून म्हणाला, "अहो, गाडीला काय चहापानी पायजे का नको?" असं म्हणून त्यानं बॉनेट उघडलं. एक डबा घेऊन हॉटेलकडे गेला. डबा पाण्यानं भरून परत माघारी आला. गाडी सुरू करून पाणी भरलं आणि पुन्हा गाडी बंद करून तो हॉटेलात गेला. चक्क एका टेबलाशी बसून त्यानं

खाणं सुरू केलं! मग आम्हांलाही उतरणं भागच पडलं. मला काही चहा घ्यायचा नव्हता; पण गाडीत बसून गरम होत होतं. म्हटलं, जरा खाली उतरावं. आम्ही सगळेच खाली उतरलो. गाडीबद्दल थोडी शंका होती. माझं साशंक मन गाडी न्याहाळू लागलं. इंजिन बरंच गरम झालं होतं. सहज हात लावल्याबरोबर चांगलाच चटका बसला.

मशिनच्याा आवाजाबद्दल जे बोलले होते, ते गृहस्थही माझ्याबरोबरच होते. ते हसून म्हणाले, "साहेब, काही खरं नाही गाडीचं!"

धीर देत मी म्हणालो, "उन्हाळ्यात तापते म्हणा गाडी. त्याचं काही विशेष नाही."

"पण गिअर टाकताना आवाज ऐकला का?" स्वत:ची गाडी असल्यामुळे माझ्याही ते लक्षात आलं होतं. मी म्हटलं, "बरोबर आहे, तिसरा गिअर नीट पडत नाही."

"आणि चौथाही तसाच आहे साहेब! आता लक्ष देऊन बघा..."

मनाची समजूत घालत मी म्हणालो, "इथपर्यंत तर ठीक आलो. गाडी तशी बरी आली आहे."

ते म्हणाले, "काय बरी? अहो, साडेपाच वाजून गेले आहेत."

"मग इतके वाजणारच. ताशी तीस मैल हाच सरासरी वेग पडतो..." असं म्हणत मी गाडीभोवती एक चक्कर टाकली. रंग फक्त नवा होता. बाकी सगळं जुनंच! नीट पाहिल्यावर अनेक गोष्टी लक्षात आल्या; पण बोलून अवलक्षण नको म्हणून मी आपला गप्पच राहिलो. सगळं टिपलं आणि मनात ठेवलं. कुणीतरी म्हणालं, "ड्रायव्हरसाहेब, जरा जाऊ द्या जोरात. आम्हांला फुडं मुंबईची गाडी पकडायची हाय हो ऽऽ"

त्या शेवटच्या 'हो'चा तो दीर्घ, रेंगाळणारा स्वर खास कोल्हापुरी होता. माझ्या भागातला तो अस्सल आवाज ऐकून बरं वाटलं. वळून बघत विचारलं, "या ऊराव्वरी, गौंड्र?"

बरोबर 'कानडीत' उत्तर आलं. "यड्राव री ऽऽ यड्राव! नीवु री ऽऽ?"

"आम्ही कोल्हापूरचंच की हो ऽऽ" असं म्हणून मी बोललो, "घाई करू नका, आहे हा वेग ठीक आहे."

माझ्या शब्दांपेक्षा एका डोळ्याने मी इशारा केला, तो त्याला बरोबर समजला आणि माझा खांदा दाबत तो हळूच म्हणाला, "हिंग ऽऽ?... अलो ऽऽ नवण! गप खुंडत्यान नोड्री, सुम्मन ऽऽ...यान अंतारला ऽऽ" असं म्हणून पुढचं न बोलता त्यानं ते वाक्य तिथंच सोडून दिलं. 'यान अंतारला ऽऽ...' असं म्हणून त्यानं डोळे मिचकावले आणि घाई न करता तो गप्प बसून राहिला.

मागे जाणारे मैल आणि किलोमीटर मी मोजत होतो. सहा वाजायला आले होते आणि अपेक्षेप्रमाणं सातारा नजीक आला होता. समोर दिसणारी चढण तेवढी ओलांडली, की सातारा आलाच. गाडी वळणं घेऊन तो छोटा घाट चढू लागली. काही वळणं पार केली आणि टॉप गिअरमधून गाडी थर्ड गिअरमध्ये घेतली... टर्रर असा आवाज झाला आणि गाडीचा गिअरच हालेनासा झाला!

आम्ही एकमेकांकडं पाहिलं. मनातच म्हणालो– 'झाला घोटाळा!'

खर्रर... खर्रर असा आवाज होऊन गाडी उभी राहिली. क्लच दाबूत तो गिअर टाकण्याचा प्रयत्न करीत होता आणि गिअर काही पडत नव्हता.

सहा वाजले होते. सूर्य मावळतीला खाली उतरला होता. रंगीबेरंगी, सुरेख ढगांनी आकाशात गर्दी केली होती आणि आमच्या मनातही अनेक ढग उठले होते. वाटलं, आत इथंच रात्र झाली तर! मी आजूबाजूला पाहिलं. जवळपास वस्ती कुठंच नव्हती. ऐन डोंगरावर आम्ही आलो होतो. उजव्या बाजूला तर सागाचं जंगलच होतं. डाव्या बाजूला खोल दरी होती. लांबच लांब आणि भली रुंद दरी! सखल भागाच्या त्या पलीकडे रानशेतं होती. तीही सगळी उजाड. लांबवर कुठंतरी एखादं झोपडं दिसत होतं आणि खूप दूरवर खेड्याच्या खुणा आढळत होत्या. काळ, वेळ आणि प्रसंग मोठा विचित्रच होता!

प्रयत्न करून थकलेला ड्रायव्हर अखेर खाली उतरला. मग आम्हीही सगळे खाली उतरलो. ड्रायव्हरनं बॉनेट उघडून काही खटपट केली. आम्ही आमचं ज्ञान चालवून पाहिलं. ड्रायव्हर पुन्हा जाऊन व्हीलवर बसला. स्टार्टर ओढून गिअर टाकण्याचा त्यानं प्रयत्न सुरू केला. गिअर जागचा हलत नव्हता.

साडेसहा होत आले होते! सूर्य आता मावळतीला टेकला होता. तो झरझर खाली उतरत होता. डोंगराच्या माथ्यावर, किर्रर रानात आम्ही लटकलो आहोत याची त्याला थोडीच पर्वा होती! बघता बघता तो मावळणार होता. तो एकदा बुडाला की मग अंधार!

नुसत्या या कल्पनेनं माझ्या अंगावर काटा उभा राहिला! म्हटलं, हे खरं नाही. काही खटपट करायला हवी. मीही गाडीजवळ गेलो. बारीक नजरेनं इंजिनकडे पाहू लागलो. इतरही आणखी दोघांनी खटपट सुरू केली होती. एकजण गाडीच्या खाली गेला आणि खालूनच म्हणाला, "तार आहे का तार?"

ड्रायव्हरनं तारेचा एक तुकडा शोधून खाली दिला. थोड्या वेळानं खालची ती व्यक्ती वर येऊन म्हणाली, "बघा बघू आता. स्टार्टर ओढा."

स्टार्टर ओढला. टर्रर... खर्रर आवाज सुरू झाले आणि मध्येच एकदम खट् असा आवाज होऊन गिअर जागचा हालला!

सगळ्यांना वाटलं आता गाडी सुरू होणार, पण गिअर सटकला आणि

न्यूट्रलमध्ये जाऊन पडला. तिथून खाली-वर कुठंच जाईना. खूप खटपट केली; पण न्यूट्रलमधला गिअर आपलं घर सोडेना.

आत सूर्य मावळला होता! ते रंगीबेरंगी ढग काळसर, धुरकट दिसत होते. उजव्या बाजूचं सागाचं बन भयाण वाटत होतं. कोल्हापूर, सातारा, सांगली इकडून येणाऱ्या अनेक एस.टी. गाड्या आमच्या अंगावरून भरधाव जात होत्या. काही गाड्यांना आम्ही हात करून पाहिला; पण एकही गाडी थांबली नाही. सगळ्या भरलेल्या, ओव्हरलोड गाड्या, त्यात चढ... कोण गाडी उभी करणार? एवढ्यात मला एक कल्पना सुचली. मी ती सांगितली. म्हणालो, ''आपण असं करू— हा चढ एक अर्धा मैल असेल. पुढं सगळा उतारच आहे. साताऱ्याच्या अलीकडे काही गराझ आहेत. हा चढ तेवढा आपण गाडीला ढकलून पार करू. पुढं उताराला गाडी आपोआपच पळेल... मग गाडी थेट गराझपर्यंत जाईल.''

संध्याप्रकाशही आता कमी होत होता. त्या अंधारात तिथं कुणालाच राहायचं नव्हतं. तिथून लवकर कशी सुटका होईल, हीच चिंता लागली होती. जो-तो याच काळजीत होता. त्यामुळे गाडी ढकलायला सगळे तयार झाले. कुणी हाताच्या बाह्या वर सारल्या. कुणी कोट काढून गाडीत ठेवला. एकानं तर अंगातला शर्टही काढला आणि धोतराचा काचा मारला आणि एक, दोन, तीन म्हणून सगळ्यांनी जोर केला. गाडीनं जागा सोडली. ती दहाबारा फूट गेली. आमची ताकद कमी झाली आणि गाडी उभी राहिली!

चढावरची गाडी, त्यात ॲम्ब्यासडर कार! खच्चून डिक्कीत भरलेलं सामान आणि व्हीलवर बसलेला कमीत कमी दीडशे पाऊंड वजनाचा ड्रायव्हर! अशी ही गाडी ढकलणं काही सोपं नव्हतं. अखेर ड्रायव्हरला खाली उतरवलं (जरा उशिराच लक्षात आलं हे!) आणि पुन्हा सगळ्यांनी गाडीला हात लावला. पाच मिनिटांत सगळ्यांना घाम फुटला! मग एका व्यक्तीनं शर्ट काढून धोतराचा काचा का मारला होता, हे लक्षात आलं.

तो चढ चढायला पूर्ण अर्धा तास लागला. आमचे सगळ्यांचे रुमाल ओले झाले. काहींचे शर्टही भिजले. धाप तर अशी लागली, की धड कुणाला श्वास घेता येत नव्हता, कुणाला बोलता येत नव्हतं. पहिली काही मिनिटं, जो-तो आपला घाम पुसण्यात गुंग! कोण पोटावर हात फिरवितो, कोण छाती पुसतो, तर कोण अंग हालवून आणि हात मागं घेऊन पाठ कोरडी करतो, असा हा आमचा सांघिक खेळ काही वेळ चालला आणि मग सगळ्यांना नीट बोलता येऊ लागल्यावर आम्ही गाडीत जाऊन बसलो. ड्रायव्हरनं हँडब्रेक सोडला. गाडी हालेना. तो म्हणाला, ''गाडीतल्या गाडीत जरा हालचाल करा. हाला, हाला....''

मग आम्ही सर्वांनी हालचाल केली आणि गाडी जागची हलली. हळूहळू

उताराला लागलो. उतार चांगलाच होता. गाडीनं वेग घेतला. जवळजवळ गराझच्या दारात आम्ही येऊन पोहोचलो. एकाला तीनचार गराझ दिसले. आता काळजी नव्हती. एकजण आनंदानं म्हणाला, ''आता प्रश्न मिटला!''

मी मात्र मनात म्हणालो, ''आता तो खरा सुरू झाला!'' अर्थात हे उघड बोलून दाखवलं नाही. प्रसंग आला की डॉक्टरकडं जावंच लागतं. मग त्याला नावं ठेवून उपयोग काय? पण माझे मात्र अनुभव असे भयानक होते, की गराझ म्हटलं म्हणजे माझ्या अंगावर काटाच येतो! आपली शेंडी त्यांच्या हाती देऊन जे हाल होतील ते गप सोसायचे असतात. विव्हळायचं नसतं, हे मी अनुभवानं शिकलो होतो. म्हटलं, आता बघू काय काय होतं.

रस्त्यावरच आम्ही सगळे खाली उतरलो. ड्रायव्हर पुढं गेला. थोड्या वेळानं एक निळा डगलेवाला आणि आमचा ड्रायव्हर असे दोघे गाडीजवळ आले. मी त्या मेकॅनिकचा चेहरा न्याहाळला. तो एक खास अनुभवी आणि अस्सल मेकॅनिक मला वाटला. कारण त्याच्या चेहऱ्यावर कोणताच भाव नव्हता. नुसता एक ढिम्म चेहरा. कसलंही सोयरसुतक नसलेला. मनात म्हटलं— 'भला कसाई भेटला!' अनुभवानं चेहऱ्यावरून मी ही अशी परीक्षा करायला शिकलो होतो. आता पाहू.

तो व्हीलवर बसला, स्टार्टर ओढला. गिअरला हात घातला. थोडी खटपट केली आणि म्हणाला, ''गाडी ढकला...''

भले आम्हीच त्याला सापडलो! मी पुढं होऊन त्याला म्हणालो, ''तुमच्या छोकरे लोकांना बोलवा ना!''

निर्विकार चेहऱ्यानं तो बोलला, ''अबी छुट्टी हो गया हाय साब! कहाँ हाय छोकरे लोग...?''

बोंबला! म्हणजे इथंही आमच्यावरच ढकलण्याची पाळी आली!

पुन्हा आमचा संघ मैदानात उतरला. बाह्या सरसावल्या. आम्ही सगळ्यांनी मिळून ती गाडी गराझपुढं आणली. बॉनेट उघडलं. मग एक छोकरा शंभर कँडलचा बल्ब घेऊन गाडीजवळ आला. ती वायर चुकवण्यासाठी सगळ्यांनी आपले पाय सांभाळले. जो-तो उत्सुकतेनं बघत राहिला, मी आपली तेवढ्या वेळात एक सिगरेट पेटवली. गराझच्या पाट्या वाचल्या. कामाला येऊन अडकून पडलेल्या गाड्यांवरून नजर टाकली. जरा बाजूला जाऊन वाऱ्याला उभा राहिलो आणि पुन्हा गाडीकडं जाऊन चौकशी केली, ''काय मेस्त्री, काय झालंय? किती वेळ लागेल?''

कशाचा तरी एक नट फिरवत तो म्हणाला, ''तासभर लागेल.''

''पण झालंय काय?''

काही उत्तरच मिळालं नाही.

आता रात्रीचे आठ वाजून गेले होते. ज्या गाडीचं माझं रिझर्वेशन केलेलं होतं तीही गाडी केव्हाच सातारा सोडून पुढं गेली असणार. मनात आलं– त्या गाडीनं निघालो असतो तर बरं झालं असतं. निदान साडेदहा, अकरापर्यंत पोहोचून झोपायला तरी घरी गेलो असतो. आत इथं किती वेळ लागणार आणि काय!

एवढ्यात मेकॅनिक बोलला,"इंजिन खोलना पडेगा." माझ्या छातीत गोळाच उठला! मी पुढं होऊन विचारलं, "खोलना पडेगा इंजिन?"

"हां साब, खोलना पडेगा... इंजिन निकालना चाहिए..."

आम्ही सगळेच ठार झालो! हे नुसतं 'खोलणं' नव्हतं. तर इंजिन 'निकालणं' होतं!

न राहवून मी म्हणालो,"इंजिन न काढता काही करता येणार नाही का?"

"क्लच प्लेटका काम हाय साब!"

आमचं बोलणंच खुंटलं. यावर एकानं फक्त एवढंच विचारलं, "किती वेळ लागेल?"

"घंटा–दो घंटे लगेगा ना..."

तो जरी घंटा–दो घंटे असं म्हणाला तरी त्याला खूप वेळ लागणार हे मी ताडलं. आता आठ वाजले होते. कदाचित बाराही वाजतील! सगळ्या सहप्रवाशांना मी म्हणालो, "चला, आता चहा वगैरे घेऊन येऊ."

मग आम्ही एकमेकांच्या ओळखी काढल्या. दोघे व्यापारी होते. एक यड्रावचे बाागयतदार आणि एक कोण होते, ते काही कळले नाही. ते बहुते स्मगलर असावेत. हा आपला एक माझा अंदाज. कारण ते गाडीच्या डिक्कीवरच कायम नजर ठेवून होते. जसा काही त्यांचा प्राणच त्यात अडकला होता!

चहा झाला. थोडं खाणं झालं. स्टँडवर जाऊन कोणती गाडी मिळण्याची शक्यता आहे का, हेही पाहिलं आणि एक दीड तास भटकून झाल्यावर साडेनवाच्या सुमारास परत आम्ही गराझवर आलो. पाहतो, तर अजून नटबोल्ट निखळणंच चालू होतं! इंजिनच अजून बाहेर काढलं नव्हतं, म्हणजे कामच अजून काही झालं नव्हतं. ड्रायव्हरही मदतीला उभा होता. त्याचं पाना दे, स्क्रू दे, हातोडी दे असं चालू होतं. त्याची अगदी दवाखान्यातली नर्स झाली होती! डॉक्टरांनी हात पुढं केला, की न बोलता देणं... कात्री दे, सुरी दे– असं. काम न करून करतो काय? तो नुसता ड्रायव्हर नव्हता, गाडीचा मालकच होता. आपली शेंडी त्याच्या हाती देऊन बसला होता! मी सहज विचारलं, "मिस्त्री, अजून किती वेळ लागेल?"

"लगेगा घंटा–दो घंटा"

बापरे! म्हणजे मघाशीही तेवढाच वेळ लागेल असं म्हणाला आणि आता दहा वाजले, तरी तेवढाच वेळ?

पण आपण काय करणार? वाट पाहण्यापलीकडं आपल्या हाती होतं काय? बरं, धड बसायला जागाही तिथं नव्हती. ती कुठल्याच गराझमध्ये नसते. न्हाव्याच्या दुकानात गेल्यावर निदान 'या बसा' म्हणतात. बसायला काही जागा असते. थोडीतरी काही डिसेन्सी म्हणून जाणवते; पण गराझमध्ये गेल्यावर तुम्हांला कोणी 'या' म्हणत नाही. तेव्हा 'बसा' म्हणण्याचा प्रश्नच नाही. आपण जाऊन उभं राह्यचं आणि खडा पाहरा करायचा. फारच कंटाळा आला, तर एखाद्या गाडीला टेकायचं. नाहीतर काम बघत मन रमवायचं. आम्ही सगळं असेच उभे राहिलो. दहाचे साडेदहा झाले. अकरा वाजायला आले. मनस्वी कंटाळा आला. एवढ्यात एक भला मोठा बांबू घेऊन मेकॅनिक म्हणाला, "बुलाव सब साहब लोगोंको."

आम्ही सगळे पुढं झालो; अगदी आरतीच्या वेळी पुढं व्हावं तसं. आम्हांला वाटलं आता हा नारळ फोडून प्रसाद देणार आहे, की काय कुणास ठाऊक!

त्यानं तो भला मोठा बांबू आडवा धरला आणि इंजिनला बांधलेली दोरी त्या बांबूत अडकवली. एक या बाजूला आणि एक त्या बाजूला. मोटेच्या सोंडुरासारखी दोरी चांगली बळकट होती. बांबूही भक्कम होता. सगळी बांधाबांध झाल्यावर मेकॅनिक म्हणाला, "द्या खांदा... उचला... लावा नेट... चलो..."

आमचा संघ आम्ही विभागला. दोन पार्ट्या केल्या. एक पार्टी या बाजूला आणि दुसरी त्या बाजूला. सगळ्यांनी खांदे दिले आणि हातांनीही ताकद लावली. मेलेला रेडा उचलावा तसं आम्ही ते इंजिन उचलू लागलो. काही वेळा ते या बाजूला कलायचे, तर काही वेळा त्या बाजूला... की लगेच मेकॅनिक म्हणायचा– 'ठैरो!'

आमच्या खांद्याचे काय हाल सांगावेत! 'ठैरो' म्हटलं की दणका बसायचा! माझा तर खांदा दुखायला लागला म्हणून मी दुसरा दिला. करतो काय?

सव्वाअकराला ते धूड उचलून आम्ही बाहेर काढलं. तेव्हा सगळ्यांचे पाय थरथरत होते. माझ्या तर दोन्ही खांद्याची सालटी गेली होती. बेंबीलाही जरा ओढ लागली होती. बेंबीचा देठ वगैरे जो म्हणतात, तो बहुतेक दुखावला असावा. म्हणजे पुन्हा आपल्या मानवी मेकॅनिककडे जाणं आलं!

इंजिन उतरलं. मग ते खोलण्याचं काम सुरू झालं. एक घंटा त्याला लागणार. मी विचारलं, "मिस्त्री, अबी कितना टैम लगेगा?"

"लगेगा घंटा–दो घंटा"

छान! मनात आलं, त्याला विचारावं : 'जग केव्हा बुडणार?'

या प्रश्नालाही त्यानं तेच उत्तर दिलं असतं! आणि तसं घडलं असतं, तर आम्ही सगळेच सुटलो असतो!

बरोब्बर साडेबारा वाजता त्या मेकॅनिकनं इंजिन खोलून निदान केलं, "क्लच प्लेट तो अच्छा हाय!"

अरे, मग ते इंजिन एवढं बाहेर काढलंस का, आणि आम्हा सगळ्या मंडळींना एवढा ताप दिलास का?... पण हे त्याला विचारणार कोण?

रात्री एक वाजता पुन्हा आम्ही खांदं द्यायला उभे राहिलो!

खांदे देऊन बाहेर काढलेलं इंजिन पुन्हा जिथल्या तिथं बसवलं. मग नटबोल्ट आवळण्यात एक तास गेला. नंतर ट्रायल झाली आणि गाडी हालली, तेव्हा आम्ही सगळ्यांनी त्या गराझला हात जोडले! मी तर कोल्हापूरला जाता-येता, दरवेळी अगदी स्मरणपूर्वक त्याला नमस्कार करतो.

●

खेळता पैसा

तवनाप्पा मगदुम गावचा सावकार होता. माना मोडून निम्म्या गावाच्या जमिनी म्हाताऱ्यानं खरेदीत घेतल्या होत्या. शे-चारशे एकर जमीन त्याच्या ताब्यात होती. वर्षाला दोनशे गाडी गूळ मळायचा. घडीव दगडाचा टोलेजंग वाडा बांधला होता. सोनंनाणं, पैसा-अडका, धन-धान्य कशाला कमी नव्हतं. पोटाला दोन पोरंही होती. एक लेक होती, तीही चांगल्या घरात जाऊन पडली होती. आता सुखानं हरीहरी म्हणायला काही हरकत नव्हती. दोन्ही पोरं हाताखाली आली होती. पण म्हातारा तिजोरीच्या किल्ल्या दुसऱ्याकडं द्यायला अजून तयार नव्हता. सगळा कारभार स्वत:च्या हातानं करी. चार आण्यांचा सोडा आणायचा झाला, तरी घरात दुसऱ्या कोणाकडं तेवढे पैसे असायचे नाहीत, आणि म्हाताऱ्याकडं मागितले की ते लगेच मिळायचेही नाहीत. 'कशाला? काय?' अशी तो चौकशी करीत राहायचा. आणा – दोन आणे तिजोरीतनं काढून द्यायला त्याला फार कष्ट पडायचे. कसला खर्च म्हटला की त्याच्या अंगावर काटा उभा राहायचा आणि अशा ह्या म्हाताऱ्याची दोन्ही पोरं काही एकसारखी नव्हती.

थोरला रामू होता, तो मात्र 'रामासारखा'. बापाचा शब्द तो कधी मोडायचा नाही. पण धाकटा लक्ष्मण, काही 'लक्ष्मणासारखा' नव्हता. त्याला वाटायचं, देवदयेनं आपल्याला काही कमी नाही. गोडधोड खावं, चांगलंचुंगलं नेसावं. तो कर्ता झाला आणि घरात सारखी भांडणं सुरू झाली. बाप त्याला भिकारलक्षणी म्हणायचा आणि तो बापाला भिकारी समजायचा! दहा लोकांतही असं बोलायला तो कमी करायचा नाही. त्याची वृत्तीच निराळी होती. घरात पैसा आहे, तर तो जरा उडवावा इकडं त्याचा कल होता. पण म्हाताऱ्यापुढं त्याचं काही चालत नव्हतं. त्याचा हा छानछोकी स्वभाव बघून आपल्या माघारी कसं होणार, ही काळजी करीत म्हातारा एक दिवस मरून गेला.

म्हातारा गेला आणि लक्ष्मणाला बापाच्या तावडीतून सुटल्यासारखं वाटलं! दाही दिशा त्याला मोकळ्या झाल्या. आजवर मन मारून तो दिवस काढीत होता. पण म्हातारा गेला, आणि कोणतीही गोष्ट करायला तो मोकळा झाला. कोणत्या गोष्टीची चोरी अशी आता राहिली नाही. भसाभसा तिजोरीतनं पैसा काढू लागला आणि दिवसभर फसाफसा सिगारेट ओढीत राहिला. दिवसाला दोन-दोन तीन-तीन पाकिटं लागू लागली. बघावं तेव्हा त्याच्या तोंडात सिगारेट दिसू लागली. किती सिगारेट ओढता, म्हणून कोणी विचारलं, तर तो त्यांनाच विचारायचा,''बापानं रग्गड मिळीवलंय! दिवसाला धा पाकिटं ओढली तरी माझं किती सरनार हाय?''

अखेर लोक त्याला 'सिगरेट लक्ष्मण' म्हणू लागले!

थोरला भाऊ रामू, स्वभावानं शांत होता. समजूतदार होता. त्यानं त्याला कोणत्या गोष्टीची आडकाठी केली नाही. काही बोलायला जावं, तर भांडायला उठेल म्हणून तो गप्पच बसायचा. मागेल तेवढे पैसे देऊन, काय काय होतंय, हे तो बघत राहिला.

होता होता घरात ग्रामोफोन आला. मग रेडिओ आला. रेडिओ आला, तसा तो ऐकायला रोज चार लोक येऊन बसू लागले. रोज चार कप चहाही होऊ लागला. रामू देण्या-घेण्याचे हिशेब बघत खाली तिजोरी राखत बसायचा, आणि 'सिगरेट लक्ष्मण' चांडाळ चौकडीला घेऊन वर माडीवर बसायचा. भावाबरोबर हुज्जत घालायला तशी रामूला फुरसतही नव्हती. देण्या-घेण्याचे हजार व्यवहार मागे होते. महिन्यातनं दहादा तारखेला जावं लागत होतं. शेतीच्या बारा भानगडी होत्या, आणि कज्ज्या-खोकल्यांची सतरा लफडी होती. तेव्हा भावाकडं अधिक लक्ष न देता, काय करतोय ते करू दे, म्हणून तो आपला गप्पच होता.

आणि एक दिवस 'सिगरेट लक्ष्मण' डोक्यात एक वेड घेऊन भावाकडं गेला. वहीत मान घालून रामू काहीतरी लिहीत बसला होता. पायाची चाहूल लागून त्यानं वर बघितलं. धाकटा भाऊ येऊन समोर बसला होता. रामूनं सहज विचारलं,''फोनू झाला, रेडिवो झाला, आता आनि काय आणायचं म्हंतोस लक्ष्मण?''

''आता एक मोटार घ्यावी म्हंतो.'' सहज सांगावं तसं लक्ष्मणानं हे सांगितलं. आणि तोंडाची बोबडी वळल्यागत न बोलता रामू बघतच राहिला. सहज विचारायला जावं आणि ह्यानं असं बोलावं ह्याचं त्याला आश्चर्यच वाटलं. तोंड मिटून तो गप बघतच बसला आणि 'सिगारेट लक्ष्मण' म्हणाला, ''मोटार घ्यावी म्हंतो, त्येच इचारायला आलतो.''

रामूनं विचारलं, ''खुळ्या, मोटर रं कशाला?''

डोळे झाकून लक्ष्मण बोलला, ''आपली घ्याची एक!''

''घ्याची हे झालं, पण कशाला?''

''आपल्याला बसायलाबी झाली आणि आडपझडप भाडीही करायला झाली.''

''खुळ्या, खेड्यात भाडी कसली करतोस?''

''खेड्यात?'' असं म्हणून लक्ष्मणानं एक सिगरेट काढून तोंडात धरली आणि काडी ओढून तो सांगू लागला, ''दादा, तर शार गावात काय हाय? रुमालानं नाक पुसून खिशात ठेवणारी ती माणसं! जे हाय ते आपल्या खेड्यातच बग!''

रामूनं विचारलं, ''असू द्या रं. पर एवढं मोटारीत बसून जायला कोण तालेवार लागून गेलाय आपल्या गावात?''

आपल्या थोरल्या भावालाच 'खुळ्या' असं म्हणून 'सिगरेट लक्ष्मण' सांगू लागला, ''खेडं झालं तर काय झालं? लग्नं होत न्हाईत? व्हराड आणायला मोटार लागती, वरातीला मोटार लागती, चांगल्या ठिकानी पोरगी बगायला जायचं झालं, तर चार लोक मोटारीत बसून जात्यात, झालं तर कोणतरी आजारी पडतं, त्याला दवाखान्यात घेऊन जायला मोटार लागती. भाड्याला काय तोटा गा? ढिगानं भाडं! करशील तेवढं थोडं!''

हे बोलणं ऐकून रामू खुळा झाला. त्याच्यापुढं काय बोलावं, हे त्याला समजेना झालं. कुणीतरी त्याला चांगलं भरवून दिलं होतं. मोटार घेण्याचा विचार पक्का दिसत होता. एवढं सगळं त्याच्या डोक्यात भिनलेलं बघून, आता त्याला कसं समजून सांगावं ह्याचं रामूला कोडं पडलं. आपल्याच मनाशी त्यानं थोडा विचार केला आणि समजावून सांगावं तसं तो म्हणाला, ''हे बघ खुळ्या, आपुन सावकाराची पोरं.'' त्याला अडवून लगेच लक्ष्मण म्हणाला, ''दादा, म्हणूनच आपुन मोटार घ्यायची गा. भिकारी असतो, जवळ पैसा नसता, तर कशाला सांगितलं असतं तुला?''

''त्ये न्हवं लक्ष्मण, मोटार घेऊन भाडी करणं आपल्यासारख्याला सोबत न्हाई.''

''त्ये मला म्हाईत आहे दादा, भाडं करायला काय, आपुन जायचं म्हणत न्हाई मी.''

''मग काय करायचं?''

''डायवर ठेवायचा.''

''म्हंजे मोटार घ्याची ती घ्याची आनि वर डायवरचा खर्च करायचा व्हय?''

असं म्हणून रामू बोलला, ''अरं, डायवर काही फुकट येत नसतो. त्याला महिन्याच्या महिन्याला पगार द्यावा लागतो लक्ष्मण!''

"त्ये कळतंय मला दादा!" असं म्हणून लक्ष्मण सांगू लागला, "त्याचा सगळा पाक इचार केलाय मी. डायवर ठेवला म्हंजे तो भाडंबी बघतोय, पैसंबी घेतोय, परस्पर आपल्या हातांत आणूनबी देतोय. त्यो आणून दील, त्यातनंच त्याचा पगार भागवाचा. आपलं काय दुखतंय?"

"आणि परस्पर त्यो पैसा दाबाय लागल्यावर?"

"त्याच्यावर आपली पाळत ठेवायची गा! आणि जरा तसं काही हिकडं-तिकडं दिसलं तर त्यो न्हाई, त्याचा बा दुसरा आणून मोटारीवर बसवायचा!"

अशी सगळी तयार उत्तरं ऐकून रामू निरुत्तर झाला. कसं समजावून सांगावं त्याला कळेना झालं आणि हळहळल्यागत करून तो म्हणाला, "असला हलका धंदा आपल्यासारख्यानं केल्यावर चार लोक तरी काय म्हंतील? तोंडांत शेण घालतील आपल्या!" लक्ष्मणनं पाकिटातली एक नवी सिगरेट काढून तोंडात धरली. काडी ओढली, एक झुरका मारला, हळूहळू नाकातनं धूर सगळा सोडून झाला आणि मग तो तोंड उघडून म्हणाला, "दादा, जलम तुजा सगळा खेड्यात गेला. तू जग बगितल्यालं न्हाईस. जरा मुंबई-पुण्याकडं फेरी मारून ये, म्हंजे तुला कळंल."

"मग काय कळंल, बाबा?"

लक्ष्मण सांगू लागला,

"अगा, जात न्हाई, गोत न्हाई. लिवना-वाचनाऱ्या बामनांनी चांभाराचा धंदा सुरू केलाय! चपलाची दुकानं घालून बसल्यात; ती काय खुळी म्हणून व्हय? ती खुळी न्हाईत; आपुन खुळं हाय!"

रामू तोंडाकडं बघत राहिला आणि न बोलता लक्ष्मण झुरके मारीत राहिला. हातातली सिगरेट संपली तशी दुसरी पेटवून त्यानं विचारलं, "दादा, तुला वाटत असंल, मी खुळा हाय."

"खुळा का होशील बाबा?"

"न्हवं, मी जरा चैनी करतो, पैसा उडीवतो म्हणून तुला तसं वाटत असंल गा. पर तुज्यापरास पैसा मिळवण्याची धाफ हाय हं माझ्या अंगात! कशी म्हणशील?"

"कशी बाबा?"

"कशी?" असं विचारून लक्ष्मण पहिल्या झूटला म्हणाला, "दादा, तू खुळा हैस!"

"मी खुळा हाय?" असं रामूनं विचारलं आणि लक्ष्मणानं सवाल टाकला, "तर काय शाना हैस?"

"काय खुळेपणा केला रं मी?" लक्ष्मण बोलला, "अगा, नुस्ती गाठीला

गाठ मारून पैसा साठत न्हाई. बापानं एक चूक केली, तीच तू गिरवाय लागलास?'' रामूनं विचारलं, ''पैसा मिळविला, ही बापानं चूक केली व्हय?''

लक्ष्मण म्हणाला, ''पैसा मिळवला ही चूक न्हवं. मिळिवल्याला पैसा वाढवला न्हाई ही चूक! त्यांच्या जागी मी असतो, तर एकाचं दसपट करून दावलं असतं!''

रामू म्हणाला, ''असं म्हणायला आता कुठं गेल्याला न्हाईस. कसं मिळवायचं सांग, तसं मिळवू! तुझी किल्ली तरी काय हाय, ती तर कळू दे की.''

''त्याचं असं हाय दादा–'' असं म्हणून लक्ष्मण आपली किल्ली सांगू लागला, ''पैसा खेळता ठेवाय लागतो. नुसत्या व्याजानं काय कात हुनार? ह्या सावकारीत काय फायदा हाय, अन् काय राम हाय? दिल्यालं वसूल व्हायचं न्हाईत, वसूल करायला जावं तर लोक वाकडं हुत्यात. व्याज मिळवायचं आन् कज्जे–खोकल्याला घालवायचं! सावकारी नुसती नावालाच.'' असं म्हणून लक्ष्मण बोलला, ''पाच-पन्नास लोकांस्नी व्याजानं पैसा देण्याऐवजी जर आणिक कशात गुंतवला असता, तर आज राजागत बसून खायला मिळालं असतं.''

''मग आता काय कमी पडाय लागलंय बाबा तुला?''

लक्ष्मण बोलला,

''एक मोटार घेऊ या म्हंतोय, तर तू सतरा प्रश्न इचाराय लागलास! आणि कमी पडण्याचंबी मी सांगत न्हाई गा. मी सांगतोय पैसा खेळता ठेवला पायजे हे.''

रामूनं विचारलं,''मग कसा खेळता ठेवावा म्हंतोस?'' लक्ष्मण सांगू लागला, ''ह्यातनं काढून त्यात, त्यातनं काढून ह्यात असा सारखा पैसा पेरत ऱ्हायला पायजे. एक सोडून चार ठिकाणी तो इस्कटावा तवा तो उगवून येतोय! सारखी उलाढाल करशील, तेवढा फायदा होईल.'' असं म्हणून तो बोलला, ''उगाच इचार करण्या-सारखी गोष्ट हाय. आज लोकास्नी खत मिळत न्हाई. सल्फीट म्हणजे एक पेढा झालाय. सल्फीट म्हटलं की लोक 'आ' करतात! जर आमच्या वडिलांनी ह्योच पैसा अशा एखाद्या कारखान्यात मुरीवला असता, आणि खताचा कारखाना काढला असता तर पैशाचं झाड लावून ठेवल्यागत झालं असतं का न्हाई?'' असं विचारून लक्ष्मण आपल्या दादाच्या तोंडाकडं बघत राहिला आणि मान हालवून दादा म्हणाला, ''व्हय की, एका दृष्टीनं तुजं खरंच हाय.''

''एका दृष्टीनं?'' असं म्हणून लक्ष्मण बोलला, ''अरं, सगळ्या दृष्टीनं म्हण! खोऱ्यानं पैसा वडला असता. तेबी लोखंडाचं म्हणशील तर न्हवं, सोन्याच्या खोऱ्यानं!''

''वडला असता की'' असं म्हणून भावाच्या बोलण्याला रामू मान हलवत

बसला आणि लक्ष्मणानं विचारलं, "नुस्ती मान हलवून काय फायदा?"

"मग काय करावं म्हंतोस?" लक्ष्मणानं सांगितलं, "माज्या मनानं काय तरी कारखाना काढावंसं हाय बग."

"कसला, खताचा काढतोस?"

"खताचा काढावा, साखरेचा काढावा, कोंचा जमंल तो काढायचा गा. कोंचा काडायचा ह्याला म्हत्व न्हाई; कारखान्याला म्हत्व हाय! कारखाना म्हणजे पैसा बग!' रामू म्हणाला, "हे खरं हाय, पण कारखाना काडायचा तर त्याला पैसा लागतोच की!"

"पैसा उभा करायचा?"

"कशानं उभा करतोस?"

"घरात सोनं-नाणं न्हाई?" असं विचारून लक्ष्मण म्हणाला, "सोनं इकायचं, हैत त्या जिमनी झाडायच्या. एक महिन्यात, दोन महिन्यांत मी पैसा उभा करून दावू का?" असं विचारून तो झुरके मारत बसला; आणि आता ह्याच्यापुढं काय बोलायचं, म्हणून रामू न बोलताच हिशेबाच्या वहीत मान घालून गप बसून राहिला. लक्ष्मणानं हातातली सिगरेट संपली तशी दुसरी पेटवली. तरी रामू न बोलता आपल्या रोजच्या उद्योगाला लागला, हे बघून लक्ष्मणानंच विचारलं,"मग काय बोल की!"

रामूनं खाली घातलेली मान वर केली, आणि भावाच्या तोंडाकडं बघत म्हटलं,"ही काय अशी झटपट होणारी कामं न्हाईत लक्ष्मण! त्याला जरा सावकाश विचार करावा लागतो."

"एवडा इचार करून पाऊल टाकायला, काय कुठली बाई पळवून आणायची हाय? का कुणाच्या घरावर दरोडा घालायला जायचंय?"

"अरं, कसला कारखाना काढायचा ते ठरवाय पायजे, त्याचा इचार कराय पायजे. ठरवू की! एक तिथं चार कारखाने बगून येऊ, चार लोकांना विचारू आणि फायदा होत असला तर करू."

"फायदा न व्हायला काय झालं? पैसा खेळता ठेवला म्हंजे फायदा होतोच."अशी थिअरी सांगून तो उदाहरणं देऊ लागला.

"आज खताचा कारखाना काढला तर उद्या साखरेचा काडायचा. त्यातला पैसा आईल-इंजिनात घालायचा. असा एकेक कारखान वाढवत जायचं."

मान हलवून रामू बोलला, "एकदा सुरू झालं म्हंजे वाढवत जाऊ की."

"अस्सं!"असं म्हणून लक्ष्मणानं विचारलं, "बरं, मग तवर मोटार तर घेऊन टाकू!"

"बगू की तेबी फुडं!"

लक्ष्मणाचा हिरमोड झाला. कपाळाला आठ्या घालून तो म्हणाला, ''फुडं आणि काय बगायचं? जी आज होणारी गोष्ट ती उद्यावर का ढकलायची गा?''

''लक्ष्मण, कोंचं मॉडेल घ्याचं, ह्याचा तपास करून मग घेऊ!''

''त्यात तपास काय करायचा? घ्याचं नक्की झालं, म्हंजे आपल्या मेव्हण्याकडं जायचं आणि त्याच्या सल्ल्यानं फस्क्लास मॉडेल आणायचं!''

''मग बगू उद्यापरवा. आजची तारीख करून येतो आणि मग उद्यापरवा ठरवू. दोन दिवस जातील का न्हाई?''

''दोन दिवस जातील खरं. 'हूं' म्हणाला असतास म्हंजे आजच दाजीकडं जाऊन आलो असतो!''

दोन दिवस गेले. धरणं धरून बसावं तसा लक्ष्मण रामूच्या मागे लागला. टोलवा-टोलवी करून काही चालेल असं चिन्ह दिसेना झालं. कानाडोळा करावा आणि गपच बसावं, तर माझी वाटणी टाक म्हणायला लागला, तर काय करायचं? अशा पेचात रामू अडकला. एका मोटारीसाठी नांदतं घर दुभंगायला नको, भांडणं व्हायला नकोत, म्हणून अखेर एक दिवस त्यानं होकार दिला.

...एक झकास टुरिंग-कार एक दिवस वाड्यापुढं येऊन उभी राहिली. सावकारानं टुरिंग आणली असं म्हटल्यावर गाव सगळं येऊन त्यात बसून बगू लागलं. कारण नसताना टुरिंग सगळ्या माळा-माळानं फिरू लागली. लक्ष्मणानं टुरिंग आणली, आणि गाव सगळं हौस फेडून घेऊ लागलं! पदरचं पेट्रोल घालून चार टगे लोक गाडीत बसवायचे, आणि दिवसभर त्यांना हिंडवून आणायचं, हा एक उद्योगच लक्ष्मणाला होऊन बसला. असेच एक-दोन महिने गेले आणि एक दिवस गाडी एका झाडावर जाऊन आदळली. गाडीचे दोन्ही डोळे फुटले. मडगार्ड सारं चेपून गेलं. नाडा लावून गाडी ओढून आणली. तिचा हा अवतार बघून थोरला भाऊ हळहळला. तो लक्ष्मणाला म्हणाला, ''काय केलंस रे हे? पंधरा हजार मातीत घातलंस!''

लक्ष्मण बोलला, ''दादा, मोटार घेतली म्हंजे अपघात व्हायचाच गा. तू तरी ठेच लागल्याबिगर हैस का?''

''खरं हाय बाबा!'' असं म्हणून रामू गप्प बसला.

शे-पाचशे रुपये खर्च करून पुन्हा मोटार दुरुस्त करून घेतली आणि लग्नाचा मोसम आला! उभं गाव सगळं लक्ष्मणाचं दोस्त! रोज एकाची मुलगी बघायला मोटार परगावी जाऊ लागली. लग्न ठरल्यावर वऱ्हाड घेऊन जायची कामं निघू लागली. चार लोक बसायचे तिथं दहा लोक बसू लागले आणि फुकटाची गाडी गाव सगळं तुबलू लागलं. मोसम संपला. मुली बघायच्या, वऱ्हाड घेऊन जायचं ही सगळी कामं झाली आणि मग लक्ष्मणानं पुन्हा शे-

पाचशे खर्चून गाडी दुरुस्त करून आणली. गाडी पुन्हा पहिल्यासारखी नवी झालेली बघून लक्ष्मणाला शहाणपण सुचलं. आता गाडी कुणाला वापरायला द्यायची नाही असं त्याच्या मनानं ठरवलं. तो आपल्या मनालाच म्हणाला— 'लोकांना जाणीव नाही. एकेकानं आठ-आठ दिवस गाडी वापरली, तरी आपल्या खुशीनं एक पैसा उचलून कुणी दिला नाही; उलट फुकटची म्हणून कशीही तुबल्ली! पदरचं पेट्रोल खर्च झालं, ड्रायव्हरचा पगार अंगावर बसला. दुरुस्तीचा खर्च आला तो आणि निराळाच.' एवढा सगळा विचार करून तो मनात म्हणाला—'आता शाप कुणाला गाडी द्यायची नाही. कोण दारात आला, तर त्याला सांगायचं— 'चालायला लागा!' '

लक्ष्मणानं आपलं धोरण जाम आखलं, आणि कुणाला गाडीला हात लावता येईना झाला. गाडीचं नाव काढलं, की तो बिघडू लागला. असेच एक आठ-पंधरा दिवस गेले आणि निवडणुका आल्या. आसपास सभा भरू लागल्या. 'सभेला जायचंय जरा गाडी देता का?' असं विचारायला गावातली भली माणसं दारात येऊ लागली. पण कुणीही आलं तरी हात हलवत माघारी जाऊ लागलं. भाडं देतो म्हटलं तरी लक्ष्मण गाडी देईना झाला. आपलं धोरण न बदलता त्यानं ते तसंच पुढं चालू ठेवलं. एक महिना लोटला; निवडणूक ऐन रंगात आली होती. सगळीकडं प्रचाराची धमाल उडाली होती आणि एक दिवस खुद्द त्यांचा मेव्हणाच अचानक येऊन समोर उभा राहिला.

गाडी मागायलाच आला होता!

मेव्हणा निवडणुकीला उभा राहिला होता. अवघड जागी दुखणं झालं होतं. आता त्याला गाडी नाही कसं म्हणणार? तो हक्कानं आला आणि ड्रायव्हरसकट गाडी घेऊन गेला! निवडणुका संपेतोवर गाडी आता माघारी येणार नव्हती. लक्ष्मणला हळहळ लागून राहिली. थोरला भाऊही सारखा टोचून बोलू लागला. आणि चार- आठ दिवस गेले. गावचा एकजण सांगत आला– "सावकार, काय तुमच्या गाडीची तरा!"

"काय झालं रं?"

"त्येच सांगाय आलोय. ऐका–" जीव मुठीत धरून लक्ष्मण ऐकू लागला आणि तो वर्णन करून सांगू लागला, "कालच्या आइतवारची गोष्ट. तुमचं म्हेवणं प्रचार करायला गाडी घेऊन खोचीत आलं होतं. खोचीची मानसं काय इचारता! धा मानसं अन् अकरा पक्ष! सबेत दंगा झाला. तुमचं म्हेवणं जीव घेऊन कसंतरी गाडीत बसलं. लोकांनी वाट अडिवली. वाट अडिवली तशी गाडी कुनिकडंबी निघाली आणि एक शंभर माणूस तिच्या मागं लागलं. गाडी माळाला फिरू लागली आणि दगडांचा पाऊस पाडला बगा लोकांनी! नुस्ता

बुकना करून सोडला गाडीचा!''

हे ऐकून लक्ष्मणला चुटपुट लागली आणि थोरला भाऊ जखमेवर मीठ चोळत म्हणाला, ''खेडेगावात मोटार घ्याची न्हाई ती घेतलीस, नको म्हंताना मला खुळ्यात काढलंस, आता मी खुळा का तू खुळा रे?''

लक्ष्मण म्हणाला, ''खुळ्याचा प्रश्न न्हाई, हा म्हेवण्याचा प्रश्न आहे!''

रामूनं विचारलं, ''अरं, तू गाडी घेतली नसती तर म्हेवणा कशाला दारात आला असता?''

लक्ष्मणानं जरा वेळ विचार केला आणि मग तो म्हणाला, ''गाडी काय त्याला कायमची दिली न्हाई. निवडणूक संपली, म्हंजे पुन्हा आपला माल आपल्या ताब्यात येतोय आणि मग भाड्याशिवाय कुणाला गाडी दिली न्हाई म्हंजे झालं. आता कानाला खडा लावायचा.''

''खडा लाव मागनं.'' असं म्हणून रामूनं त्याला विचारलं, ''आधी म्हेवण्याकडं जा. गाडीची दशा काय झालीय हे बग, आणि त्याला सरळ सांग– म्हणावं, हे निवडणुकीचं काम, रोज लोक दगडं मारणार, एखांद्या वेळी राकेल ओतून पेटवून द्यायलाबी लोक कमी करणार न्हाईत! आमी हौसेनं गाडी घेतलीया, तिचं वाटोळं नगो. असं म्हणून गाडी घेऊन ये जा.''

लक्ष्मणला हे पटलं. त्याला वाटलं, हे बरं निमित्त झालं. थोडक्यात निभावलं. आणि त्याच दिवशी तो आपल्या बहिणीच्या गावाला गेला.

रात्रंदिवस मेव्हणा प्रचाराच्या कामात गढून गेला होता. मेव्हण्याची आणि त्याची भेट व्हायला चार दिवस लागले. अखेर भेट झाली. डोळ्यांनी गाडीही बघितली. काळी गाडी धूळ खाऊन तांबडी दिसत होती. जागजागी दगड लागून चार भसके पडले होते. आणि दिव्याच्या काचा शाबूत नव्हत्या. टपाला दोन-चार भसके पडले होते. गाडीचा खुळखुळा झाला होता. तिची ही दशा बघून आधीच लक्ष्मणाच्या पोटात ढवळून आलं होतं. मेव्हणा भेटल्याबरोबर त्यानं सांगितलं, ''चार दिवस झालं मी तुमची वाट बघत बसलोय. गाडी घेऊन जायला आलोय.'' मेव्हणा म्हणाला, ''दीड-दोन महिने गाडीचं नाव काढू नका असं तुम्हांला सांगितलं नव्हतं?''

''तुम्ही सांगितलं होतं, आणि आमी ऐकलं होतं खरं. पण रोज तुमची सभा होणार, रोज लोक दगडं मारणार, रोज एकजण आमाला येऊन सांगणार.'

सभेचा आणि दगडांचा उल्लेख ऐकून मेव्हण्याला राग आला. त्यानं विचारलं, ''म्हणून तुमचा जीव खालवर होऊन गाडी घेऊन जायला आलाय व्हय?''

''मग काय करू तर?''

''काय करू? उद्या मी आमदार झालो, दैवयोगानं मंत्री झालो तर वशिला

लावाय येशीला का न्हाई? आणि अमकं अमकं माझं मेव्हणं हैत, असं जगाला सांगत सुटशीला का न्हाई?''

आपल्या मेव्हण्यापुढं लक्ष्मण काय बोलणार? खाली मान घालून तो गप बसून राहिला. मग मेव्हणाच बोलू लागला, ''हे बगा, निवडणूक आता रंगात आलीया. रोज चार-चार सभा चालू हैत. अशा वेळेला माजा एकटा मेव्हणा काय करील, बापडा किती ठिकाणी तोंड देईल, असा विचार करून तुमा दोघा भावांपैकी कोणीतरी एकजण, आपणहून प्रचाराला येतो म्हणायला पायजे होतं आणि वर गाडी घेऊन जायला आलोय म्हणून सांगता व्हय? अहो, निवडणूक लढवायची तर मिळतील तेवढ्या गाड्या आणि माणसं थोडीच असत्यात! आणि ऐन घायटयाच्या वेळेला तुम्ही गाडी मागायला येता? गाडीचं काय तरी कमी-जास्त होईल म्हणून हळहळ वाटती व्हय?'' असं विचारून तो थांबला. आणि तोंडाकडं बघत पुन्हा बोलू लागला, ''किती केलं तरी तुमी सावकार लोक. काय दहाजणी लेकी नव्हत्या तुमच्या वडिलांना. पोटाला एकच लेक होती, ती आमी करून घेतली. तुमच्या मनात असं का येत न्हाई? आपली एकच भन हाय, लाखांनी इस्टेट हाय. मेव्हण्याला एक मोटार आंदन दिली म्हणावी. काय जड वाटतं?''

लक्ष्मण बोलला, ''काय जड न्हाई खरं.''

''त्येच मी म्हंतो. हे बगा, निवडणूक संपली म्हंजे मोटार दुरुस्त करून जशी होती तशी तुमची तुमाला परत करावी असा विचार केला होता. पण आता मात्र ती आंदन मिळाली असं म्हणनार आणि गप बसणार. काय बेत हाय तुमचा?''

बेत बोलून न दाखवता लक्ष्मण आपल्या गावी आला. ही सगळी हकीगत नाक मुठीत धरून त्यानं आपल्या भावाला सांगितली. त्याला काही वाईट वाटलं नाही. उलट त्याला गुदगुल्या झाल्यागत हसू आलं आणि मान हालवून तो म्हणाला, ''झालं हे उत्तम झालं! नामी घडलं!''

लक्ष्मणनं विचारलं, ''ते कसं काय?''

रामू म्हणाला, ''पैसा खेळता ठेवाय पायजे म्हणत होतास न्हवं? आता काय झालं? कुठं गेलं पंधरा हजार? भाड्याचा पैसा किती कमावलास?'' असं विचारून तो हसून म्हणाला, ''तुजा खेळता पैसा खेळत खेळत म्हेवण्याकडं गेला व्हय?''

एक सुस्कारा सोडून लक्ष्मण बोलला, ''गेला त्याला काय करायचं? पर अद्दल घडली की! आता पुन्हा कशाला तसं करू?''

''अस्सं! मोठं मोठं कारखानं काडायला निघाला होतास, त्याचा विसर

पडायला तुला हा कारखाना काढून दिला होता– अद्दल घडायचा आणि अक्कल यायचा कारखाना! लई न्हाई तरी थोडी अक्कल आली न्हवं?''

सगळाच व्यवहार आतबट्ट्याचा झाला होता. हातून चूक घडली होती, कबूल करणं भाग होतं. मान डोलावून लक्ष्मण म्हणाला, ''आली की अक्कल!''

रामूनं पुन्हा विचारलं, ''आपल्याला अक्कल न्हाई हे समजण्याची अक्कल आली का?''

आणि लक्ष्मण बोलला—

''बाबा, ती बी आली! आता बोलू नगो.''

●

शाळेचे साहेब

शिक्षणखात्यातला एक शिपाई आमच्या शेजारी राहतो. तो आता निवृत्त झाला आहे. वय लक्षात घेऊन मी त्याला 'रामजीकाका' असं म्हणतो. हा रामजीकाका निवृत्त झाला असला तरी कुणाची मुलं शाळेला घेऊन जा, कुणाचं रेशनिंग आणून दे, कुणाला दुधाच्या बाटल्या पोहोचव, असली काही कामं करून चार पैसे मिळवत असतो. अशाच काही कामाच्या निमित्ताने तो माझ्या घरी येऊ-जाऊ लागला. अडीअडचणीला आम्हीही त्याला बोलावू लागलो. कधी घरात तांदूळ लागले, गहू लागला की फक्त त्याला सांगायचा अवकाश; संध्याकाळपर्यंत उत्तम माल घरी येऊन पडलेला असायचा. कधी कुणाला चहाला, फराळाला बोलावलं म्हणजे रामजीकाका घरी हजर! सगळं कसं अगदी व्यवस्थित करायचा आणि तेही फारशी अपेक्षा न करता. जे देऊ त्यात खूष. आम्हांलाही असा कुणी मनुष्य हवाच होता. थोड्या काळातच तो अगदी आमच्या घरचा झाला.

एक दिवस दिवाळीत मी काही मंडळींना फराळाला बोलावलं होतं. त्यात एक शिक्षणखात्यातले सेवानिवृत्त शिक्षण-उपसंचालक होते. रामजीला पाहिल्याबरोबर ते म्हणाले, "हा कसा इथं?"

मी म्हटलं, "आमच्याच बंगल्यातील आऊटहाऊसमध्ये राहतो. काही काम पडलं तर येतो अगत्यानं... आपण ओळखता त्याला?"

"ओळखता म्हणजे काय?" असं म्हणून ते बोलले, "अहो, आमची चांगलीच ओळख आहे! काय रामजी, ओळखलंस की नाही?"

लाजल्यासारखा आविर्भाव करून तो अदबीनं म्हणाला, "व्हय साएब... वळखतो तर!"

"मग आमच्या गोष्टीबिष्टी यांना कधी सांगतोस की नाही?"

यावर तो भलताच लाजला. दोनदा-तीनदा मान हालवून तो बोलला,

“न्हाई न्हाई...”

मग ते म्हणाले, “अहो, हा रामजी अशा गोष्टी सांगतो, की वा! नंबर एकचा गोष्टीवेल्हाळ. मी ए.डी.आय. असताना हा आमचा शिपाई होता. टूरला याला मी बरोबर घेऊन जात असे. कंटाळा आला, की म्हणायचं– ‘रामजी सांग एखादा किस्सा’... आणि मग अशी एकेक गोष्ट खुलवून सांगायचा! वा! वा! अरे हे साहेब लेखक आहेत. गोष्टी लिहितात. त्यांना सांग तुझ्या गोष्टी....”

रामजीबद्दल त्या दिवशी ही एक मला नवीच माहिती मिळाली. मलाही उत्सुकता होती, पण अजून माझ्याबद्दलची त्याची भीड चेपली नव्हती. माझ्या घरच्या मंडळींशी तो जेवढ्या मोकळेपणानं बोलायचा, तेवढा मोकळेपणा अजून आमच्यांत नव्हता. मग मीच हळूहळू त्याच्याशी जरा मोकळेपणानं बोलू लागलो. त्याची भीड कमी झाली. कोणत्याही गोष्टीचा संकोच असा राहिला नाही. मग एका संध्याकाळी, गच्चीवर बसल्या बसल्या जरा इकडच्या तिकडच्या गोष्टी केल्या आणि म्हणालो, “रामजीकाका, आज फार कंटाळा आला आहे. सांगा की एखादी गोष्ट.”

“आमच्या कसल्या गोष्टी?” असं म्हणून त्याने जरा आढेवेढे घेतले. आणि थोडा आग्रह केल्यावर मग त्यानं बैठक मारली. आलकटपालकट घालून माझ्या शेजारीच बसला आणि कथनाला आरंभ केला, “त्याचं काय साएब, माझ्या काय राजारानीच्या गोष्टी न्हवत बरं का! म्हंजे एक आटपाट नगर हुतं आन् त्या नगरात एक राजा हुता. त्याला दोन राण्या हुत्या... एक आवडती, एक नावडती... असं काय न्हाई बरं का...”

मी म्हटलं, “मग छान आहे. त्या मी लहानपणी पुष्कळ ऐकल्यात, त्या नकोच आहेत मला.”

“मग काय हरकत न्हाई.” असं म्हणून त्यानं जरा मांडी हलवली आणि अजून थोडी प्रस्तावना करीत बोलला, “आमच्या आपल्या अनुभवाच्या गोष्टी हो. पस्तीस वरसं नोकरी केली. अनेक साएब आले, अनेक साएब गेले. रग्गड फिरतीबी झाली. मानसाचं लई नमुनं बघितलं. अनुभव घेतलं. तेच गोष्टी म्हणून सांगतो बघा मी...”

त्याला पुष्टी देत मी म्हणालो, “अहो, ह्याच खऱ्या गोष्टी! त्याच ऐकायला हव्यात. सांगा, सांगा” मग दोन्ही मांड्यांच्या गुडघ्यावर आपले दोन्ही हात ठेवून माझ्याकडं बघत तो म्हणाला, “परवा फराळाला आलेल्या त्या सायबाचीच गोष्ट सांगू का?”

मी म्हटलं, “सांगा.”

“ऐका, तर मग” असं म्हणून त्यानं आपले डोळे झाकले. मान खाली

घालून एक दोन मिनिटं आठवल्यासारखं केलं आणि 'हे बघाऽऽ' असा एक खास सूर लावून त्यानं कथा सुरू केली.–

"झाली असतील आता वीसपंचवीस सालं बघा. तुमचे हे भस्मेसाएब ए.डी.आय. म्हणून आले. काय कांदिवलीचा कुठला कोर्स करून आलं हुतं आणि लई हुंबदांडगं होतं! त्यांच्या पैल्या फिरतीची गोष्ट हाय बघा ही..." असं म्हणून त्यानं माझ्याकडं बघितलं आणि हात पुढं करून अंगठा आणि जवळचं बोट एकमेकाला लावून बाकीची बोटं पसरली. मी म्हटलं,"त्यांच्या पहिल्या फिरतीची? म्हणजे झकास असणार. सांगा."

"आता खेड्यापाड्याला साळा बगायला जायचं. मी त्यात मुरल्यालो. हे नवं नवरं हो! म्हटलं बघू काय काय तऱ्हा करत्यात. पाच गावची एकदम फिरती काढली. नकाशा काढून बान मारून ते मला दावाय लागलं. मी म्हटलं— 'अहो, मला सगळं पाठ हाय! धादा जाऊन आलोय मी!'— तरी मला सगळा भूगोल शिकीवलाच. हूं हूं म्हणून ऐकलं. काय करता? साएब पडला! घेतलं ऐकून आणि निघालो बगा फिरतीला. गड्याचा प्लॅन काय? साडेदहाच्या आत आपुन साळंत जायचं आणि मास्तर कवा येत्यात हे बघायला घड्याळ लावायचं. भल्या सकाळची पहिली मोटार धरली. नवाला आमी जाऊन हजर! साळंत जाऊन बसलो... तिथं कोन कुत्रं असनार हो? जरा वेळ गेला आणि मग एक चक्कर टाकून येतो म्हणून भाईर पडलो. थेट हेडमास्तराच्या घराकडे आलो. किती केलं तरी कोंबडी-अंडी ते खाल्ल्याली. म्हटलं जाऊन इशारा द्यावा. माझं काम करून मी माघारी आलो. बरोबर साळा भरायच्या टाइमाला सगळं मास्तर हजर! एक परगावचा हुता तेवडा जरा उशिरा आला. मी हुतोच भाईर. म्हटलं—'हवा सोडा सायकलची... आणि पंक्चर झाली म्हणून सांगा. साएब आलाय, साएब!'

मी म्हटलं, "शाब्बास! बरी युक्ती काढली!"

"अहो, काय करता तर मग? ह्यो बाबा एकदम शेराबिरा वाईट द्याचा. त्याचं जन्माचं रेकार्ड खराब व्हायचं! घ्याला नको संभाळून?"

मी म्हटलं, "बरोबर आहे..."

"बरं आमाला खायाप्याला घातल्यालं लोक हो हे!" असं म्हणून तो पुढं सांगू लागला, "सायकल पंक्चर झाली म्हणूनही गडी ऐकंना! कुठं पंक्चर झाली, कशी झाली, चालायला किती वेळ लागला– अशी प्रश्नांची फैरच सुरू केली! हे ऽऽ भंबेरी उडवून दिली. मग सगळ्या वर्गात चक्कर झाली. चेची गणितं घालायचा बघा... मास्तरास्नी याची न्हाईत! सगळ्यांची मग तासंपट्टी केली आणि चारच्या टायमाला पोरं भाईर धाडून पटांगणात खेळ सुरू केलं!"

मी विचारलं, "कसले खेळ?"

"अहो, ते काय कांदिवलीला जाऊन शिकून आलतं. नवं नवं खेळ काढायचं. पोरावर पोरं, पोरावर पोरं अशी उभी करून कसली सरकस करायचं! पोरापोरींचा नाचबी घ्याचं. परकर घालून आलेल्या पोरीसनी लुगडी नेसून याला लावायचं आणि पोरास्नी धोतर नेसवून कोळ्यांचा नाच घ्यायचं! एकेक तऱ्हाच म्हननासा..."

मीही हसून म्हणालो, "मग मजा करीत होते तर!"

"मजा! अशी का तशी? अहो लई कीऽऽ" असं म्हणून तो सांगू लागला, "पोरं सगळी भाईर पटांगणात आली... वाजवा म्हणालं हलगी. हलगी वाजू लागली आणि हे साएब फुडं होऊन शिकवाय लागलं. एकाच्या खांद्यावर एक, एकाच्या खांद्यावर एक अशी पोरं उभी कराय लागलं... हलगीबी जोरात वाजाय लागली. फुराण चढलं हो! चार मजली इमारतीगत पोरावर पोरं उभी ऱ्हायल्याली... आणि काय झालं कुणाला दक्कल, वरनं इमला ढासळावा, तशी एकदम तीन पोरं कोलमडली की!"

मी म्हटलं, "पोरं पडली?"

"अहो पडली आणि कसलं? उभ्यानं ढासाळली!"

"बापरे!"

"अहो, बापरे आणि कसलं? आई ग ऽऽ झालं! कोण तोंडावर पडला, कोण ढुंगणावर आदळला, दैना दैना झाली ! सगळे मास्तर पळून खेळाय लागले. पोरांनी तर कालवा उडीवला... आरडाओरड आणि रडारड सुरू झाली आणि हे साएब इचारत्यात– दवाखाना कुठं हाय? आता हे साहेब येऊन असं पोराचं हातपाय मोडणार हाय हे काय ठावं हुंत व्हय गावाला? तवा दवाखाना असंल? खेड्यात कुठला दवाखाना हो? डॉक्टर असला तर दवाखाना, का नसला तरबी? अहो, साळा सगळी भांबावल्यागत झाली! एकदोघं बेशुद्ध झालं! हे नुसतं बघून हं, आणि गावकरी आलं बघा... कोण बाई ऊर बडवत येती, तर कोण गळा काढत येतंय. एकजण तर आली आणि तोंडावर हात घेतच हुबी ऱ्हायली. अहो, तिच्या पोराचा पाय मोडला होता. ते मोठ्यानं वरडत हुतं. सोसाय नगो?"

मी म्हटलं, "तर! मोठा विचित्रच प्रसंग हा!"

"इचित्र? अहो, लई इचित्र!" असं म्हणून तो सांगू लागला, "बरं, हे अजून तरी गप बसत्यात का? जायबंदी पोराचे हात वड, पाय वड, असं कराय लागलं! ती आणि मोठ्यानं वरडाय लागली. ह्यावर तरी बाबा गप बसंल का न्हाई? छे राव! नाव न्हाई! वर आणि हातपाय मोडल्याला पोरास्नी म्हंत्यात कसं?"

मी म्हटलं, "कसं?"

"हुबा ऱ्हाऊन दावा! हात वर करा, हात खाली करा. पाय आपटा... अहो

काय आपटा? आधी कुणाचा हात मोडल्याला, कुणाचा पाय मोडल्याला आणि काय वर करा आणि काय खाली करा! आणि काय आपटा!... भोवतीभर गावकरी जमा झालं होतं. त्यातला एक भाद्दर फुडं झाला आणि सायबाची मुंडी धरून म्हणाला, 'काय सरकस लावलीया ही? पाय मोडल्याला बघून वर आणि त्याला पाय आपटा म्हणता? म्हंजे त्यो चांगला मोडू द्या व्हय?...' अहो, आबदा आबदा झाली! मग गावकामगार पाटील आलं! आलं ते तरबत्तर होऊनच. आल्याआल्या इचारलं– 'कुटं हाय त्यो साएब?' सायबाची बोबडी वळली! हात जोडून साहेब फुडं झाले आणि वर म्हंतोय कसा 'हा खेळ हाय... खेळात अपघात घडतात, त्याला काय करायचं?' हे ऐकून जे पाटील खवळले; ते गरजले, 'कुणी सांगितला हुता धंदा तुमाला ह्यो? गप साळा तपासून जाता येत न्हवतं! आता आमीबी तुमचा एक हात आणि एक पाय मोडूनच लावून देतो!' अहो, पाटलांची समजूत घालता घालता नाकी नऊ आले! काही केल्या पाटील ऐकायलाच तयार होईना. एकानं तोड काडली... कुणी तरी म्हणालं –'दंड बसवा की शेपाश्शे! तेवडं वसूल करा आणि द्या सोडून.' छे. राव! कशाचं जैवान आन कशाचं काय! रातचं उपाशी झोपायची पाळी आली. हातापाया पडून कसंतरी मिटीवलं आणि भल्या सकाळी उठून दुसऱ्या गावाला निघालो..."

मी विचारलं, "म्हणजे सहीसलामत सोडलं म्हणता?"

"ते कुठलं हो?" असं म्हणून तो बोलला, "हेडमास्तर मधी पडलं. काय औशीदपाण्याच खर्च ईल त्यो देतो म्हणालं आणि अण्णा, बाबा, म्हणून कसं तरी मिटीवलं झालं... भागवाभागवी करून आम्ही निघालो. भल्या सकाळीच, तोंडाला तोंड दिसायच्या आताच जाऊन गाडीची वाट बघत सडकंला उभा ऱ्हायलो. मी सायबाला म्हटलं– 'आता एवडं रग्गड झालं! ह्या गावात आता असं काय करून नका.' – त्यावर मला म्हणालं, 'सगळीकडे तसं हुतं काय? अपघात काय रोज घडत नसतो....' आता काय बोलायचं? मी हात जोडून म्हणालो– 'अहो, येळ काय सांगून येत नसती. एकदा असं घडलंय, ह्यात कानाला खडा लावा."

"कशाचा खडा?" असं म्हणून तो माझ्याकडं बघत राहिला.

मी विचारलं,"दुसऱ्या गावाला आणि काय केलं?"

"काय केलं?" असं मलाच विचारून तो म्हणाला,"अहो, लई की तऱ्हा!"

"म्हणजे? तिथं आणि काय पराक्रम केला?"

"आता ऐका की!" असं म्हणून तो बोलू लागला, "गेलो का दुसऱ्या साळंला? ही साळा मोठी होती. सातवीपातूर वर्ग होतं. पोरीबी हुत्या. मी हातापाया पडून सायबाला म्हटलं हुतं— 'हितं काय त्यो खेळ मांडू नका'...

दुपारचं चार वाजलं आणि काडली बाबा हितंबी पोरं भाईर! मी म्हटलं, 'साएब काय करता हे?' –ते मला म्हणाले, 'घाबरू नको... हितं नाच शिकीवतो?'

मी म्हटलं, "नाच?"

"व्हय, ते कोळ्याचं हो! हात मागं-फुडं करून 'वल्लव बाबा वल्लव' ते काय म्हनायचं आणि अंग हलवत पाय मागं-म्होरं टाकायचं... खुळ्यागत आपलं हो! आणि हितं गम्मत काय झाली?"

"काय?"

"आहो, लई की मज्जा! परकरातल्या मोठ्या मोठ्या पोरीस्नी चांगली चांगली लुगडी नेसून, नटूनथटून या म्हणालं. फुलं असली तर गजरासुदिक घाला आणि पावडर फिवडर लावून झकास सजून या म्हणून पोरीस्नी घराकडं पिटाळलं आणि साएब, सांगायची गोष्ट म्हंजे त्यांच्या आयास्नी आली की हो शंका!"

"आणि?"

"आणि काय? एकीला चारपाचजणी मिळून चांगला खल केला आणि पोरीस्नी घेऊन त्यांच्या आया आल्याकी साळंवर! दोघींचा बा बी आला, म्हणालं— कोन साएब त्यो दावा!"

मी पुढं झुकून बसलो आणि नकळत बोललो, "बापरे! म्हणजे भलताच प्रसंग गुदरला म्हणायचा हा?"

"अहो लई भलता! ऐका तर खरं" असं म्हणून तो सांगू लागला, "आया नुसत्या आल्या न्हवत्या. हातात लाटणी हुती लाटणी! एकजण तर म्हणाली— 'कोन त्यो मला दाव. त्याची चांगली चारपदरी चपातीच करते!' 'काय झालं, काय झालं' म्हणून सायब फुडं झाले आणि एक पोरगी हात करून म्हणाली,'ह्योच बग त्यो!' त्याबरोबर तिची आई फुडं झाली आणि हातातलं लाटणं नाचवत म्हणाली, 'कारं बाबा, कोन तू? चांगलं लुगडं नेसून ये असं आमच्या लेकीला का सांगितलं?' ... लगेच दुसरी फुडं होऊन म्हणाली,'आणि गजरा-फिजरा घालून ये म्हणतोस! कशापायी रं? काय बेत हुता तुझा?'... 'मी नाच शिकीवणार हुतो' असं साएब म्हणाले— त्याबरोबर एकजण उसळली. लांबनंच लाटणं फेकून म्हणाली– 'नाच शिकवाय आम्ही साळंत घातलंय कायरं? आम्ही काय डोंबाऱ्याचं हाय?' मग एक पालक फुडं होऊन म्हणाला, 'काय हो मास्तर, काय तमाशा ह्यो? कोन साएब, काय नाच, काय काय काय भानगड काय ही? साळंत कसला नाच काडलाय?' एकजण म्होरं येऊन म्हणाली— 'चांगली गचांडी धरून इचारा की उच्चाड्याला! बगा कसं हाय ढांगूळमामा! गजरा घालून ए, पावडर लावून ए म्हणतोय? त्यास्नी आईबा हैत का न्हाईतर इचारायला?' – अशी फजिती झाली बगा? त्यांच्या तावडीतनं सुटणं मुष्किल हुतं!"

मी विचारलं, "मग कशी सुटका झाली?"

"अखेर शेवटी मास्तर मधी पडलं. त्यांनी समजावून सांगितलं आणि कशीबशी सुटका झाली... काय तरी आपलं वचावचा खाऊन आमी झोपलो का?"

मी म्हटलं,"बरं मग?"

"आन् बगा काय तरी धाचा टाईम असंल... गाव सगळं सामसूम झालं आणि दोघंतिघं गडी हातांत काठ्या घेऊन आलं की साळंवर... काठ्या आपटतच हं का! मी म्हटलं 'साएब, कोन तरी आलं'... एवढ्यात दारावर धडका सुरू झाल्या!"

"आणि?"

"आता आणि काय? आमची पातळ व्हायची वेळ आली राव! मी सायबाला बाकाखाली ढकलला. वर सतरंजी टाकली आणि झोपंतनं जागा झाल्याचा आव आणत खिडकीकडं गेलो... 'म्हटलं कोन हाय?' वर जबाब आला– 'दार उघडा... गावातल्या काय पोरी साळंत आणल्यात व्हय? लुगडी ते नेसवून बोलावलतं म्हणं! कोन साएब आलाय त्यो?' मी म्हटलं—आलंता पर त्यो गेला की! सांचच गेला बगा... एकजण म्हणाला— 'त्यो गेला आणि तू कोन?'... आली की माझ्यावर सक्रात!... मी म्हटलं — 'मला वळीकलं न्हाई? आहो, एकत्र च्या घेतलाय की आपून बसून!' एकजण बोलला—'देसाई मास्तरांचा म्हेवणा काय? —' मी लगेच म्हणालो—'व्हय!' त्यांच्या तावडीत गावतच हुतो पर सुटलो बगा... ते गेल्यावर साएब इचारतोय— 'कोण आलतं?' मी म्हटलं 'गप बसा की आता... यम आलता यम!... अहो, तालमीतली पोरं आलती... काठ्याबिठ्या घेऊन. तिकडं त्या गावात जे हातपाय मोडायचं ऱ्हायलं हुतं, ते हितं मोडलं असतं बघा!' मग भल्या सकाळीच आम्ही निघालो..."

मी विचारलं, "कुठं, तिसऱ्या गावाला?"

"व्हय."

"आता तिकडे काय?"

"ऐका की..." असं म्हणून तो सांगू लागला, "आम्ही निघालो की भल्या सकाळी चालत. चार मैल फुडं गेलो आणि दुसऱ्या गावात जाऊन गाडीची वाट बघत ऱ्हायलो."

"ते का?"

"अहो, पुन्हा काई गडबड नको." असं म्हणून तो पुढं सांगू लागला "आम्ही ऱ्हायलो का हुबा? मी सायबाला म्हटलं— 'आता हे नाचबीच तिथं काय काडू नका! झालं एवडं हे रग्गड झालं!'... त्यावर साएब म्हणतोय कसा?... 'लोक अडानी... त्यास्नी अक्कल न्हाई... मी चांगला नाच शिकीवनार

होतो मशालीचा!'... मी म्हटलं सायबाला– 'बरं झालं. शिकीवला न्हाईसा... लुगडंबिगडं आणि कुणाचं पेटलं असतं म्हंजे न्हाई ती कलागत झाली असती... आग लागली म्हणून तुमी आणि जाऊन लुगड्याला हात घालणार. लोक त्याचा आणि अर्थ निराळा लावणार.' काय लावला असता का न्हाई?'' असा प्रश्न करून तो थांबला आणि मी म्हणालो, ''थांबू नका... पुढं सांगा. तिसऱ्या गावात काय झालं?''

''ते गावात जायच्या अगुदरच झालं?''

''म्हणजे?''

''ऐका तर खरं!'' असं म्हणून त्यानं जरा आपल्या मांडीवर तबला वाजवल्यागत केला आणि कथा सुरू केली, ''साएब, सगळं सांगून मी त्यास्नी इनंती केलती हं का. पर त्यंचा सभाव कसा बगा! काय तरी बिलामत अंगावर घ्याची त्यास्नी सवच बगा! गाडीतनं उतरलो. मी फुडं झालो. हे आपली सायबी टोपीबीपी अडकवून झपाझपा माझ्या मागनं या लागलं. एवढ्यात काय झालं....''

मी म्हटलं, ''काय?''

''रस्त्यातच एक नवरा आपल्या बायकूला बेजान हाणत हुता! झिंझ्या धरून चोपत होता. आता ह्यांनी गप बसावं का न्हाई? गप साळंकडं जायाचं सोडून ते एकदम म्हणाले– 'ठैरो!...' माझ्या अंगावर काटाच आला! तरी मी त्यास्नी आवरतोय बरं का! मलाच म्हणाले — 'चूप!' आणि फडाफडा इंग्रजीत लागलं बोलायला! गेलं की त्यांच्या अंगावर धावून! त्या बाईच्या दंडाला धरून बाजूला केली आणि म्हणाले— 'चलो, चलो चावडीपर!' त्यो बाबाबी सायबाला बघून घाबरला. हिंदी, इंग्रजीत गार झालं हो लोक! धिंड चावडीवर आणली. पाटीलबी घाबरलं. त्यास्नीबी साएब हिंदीत, इंग्रजीत बोलला... 'ए कॅ हाय? गाव हाय कॅ हाय? कोई पाटील हाय या नही?' वाटेल ते तोंडाला ईल ते बोल्लं! पाटलांनी तर कोंबडीचीच तयारी सुरू केली. त्यास्नी वाटलं कोण हापीसर हाय आणि कोन न्हाई! त्या बाईला इचारलं, 'तुझी इच्छा काय?' ती म्हणाली–'मला नांदायचं न्हाई. मला म्हायारला जाऊ द्या...' साएब बोल्लं, 'जाव अब्बी जाव!...' आणि गेली की हो ती निघून! सगळ्यांदेखत दाल्ल्याला चार शिव्या घालून आणि हातावर हात घासून चांगला सराप देऊन निघून गेली. मग 'तुम रानटी आदमी है, तुम जंगली है, तुम हैवान है' असं कायबाय बोल्लं! हिकडं माझ्या पोटात गोळा उठलेला! पर मी तरी काय बोलनार हो? हे सगळं झालं आणि मग मला म्हणालं, 'चला आता साळंवर.' आमी आलो की साळंवर. तवर मागनं आला बगा लोंढा मानसांचा. त्यो नवरा म्हणाला– 'ह्यच्या आयला ऽऽ ह्यो साळंचा साएब हाय व्हय? त्याला दावतो आत इंगा!''

मी म्हटलं, "पुढं?"

"आता काय सांगायचं? साएब, साळंत येऊन लोकांनी धुतला की हो चांगला!"

"हाणला?"

"आता काय सांगायचं?" असं म्हणून तो बोलला, "अहो, असा का तसा? आम्ही मधी पडलो तर आमची काही हाडं काशीला जाऊन पुन्हा माघारी आली! हे ढग उठलं म्हंजे अजून माझं अंग दुखतंय की हो! मी जायबंदी, सगळं मास्तर जायबंदी आणि साएब तर इचारू नका! त्यांचा एक पाय सा म्हैनं असा वर टांगला हुता आणि वाळूच्या पिशव्या त्याला डागदारांनी बांदल्या हुत्या!"

मी म्हटलं, "इतकं मारलं?"

त्यावर तो म्हणाला, "अहो, बाईचा प्रश्न ह्यो! नुस्ता ह्यावर त्यो मिटला न्हाई ऽऽ"

"मग?"

"साएब दवाखान्यात हुता तंवरच त्यास्नी समन्स आलं!"

"काय म्हणून?"

तो हसून म्हणाला, "नांदत्या बाईला काडून न्हेली म्हणून नवऱ्यानं पोलिसात तक्रार केली हो!"

मी उत्सुक होऊन विचारलं, "पुढं काय झालं?"

"ते काय ठावं न्हाई... त्यावर त्यांची आणि माझी गाठ परवाच पडली बगा. त्यांची बदली झाली हो लाबं कुठं तरी... पर एक सांगतो, पत्ता काडत माझ्याकडं लोक आलतं?"

"कशाला?"

"हाताला धरून बाई पळवून न्हेली म्हणून साक्ष दे... तुला पाश्शे रुपये देतो म्हणत हुतं! आपुन काय हारामाचा पैसा घेतला न्हाई..."

"बरं केलं... पण पुढं काय झालं हे कळलं नाई होय?"

तो म्हणाला, "त्या दिवशी माझ्याबी मनात हुतं; पर कसं इचारणार? आता तुमीच कवातरी त्याचं काय झालं, हे इचारा आणि मला सांगा." असं म्हणून त्यानं किस्सा संपवला आणि तो माझ्या मनात सुरू झाला...

आता शाळेच्या या साहेबांना मी तरी कसं विचारणार?

●

एक पुण्यकर्म

अण्णा देशमुख म्हणजे गावातल्या चांडाळ चौकडीचा म्होरक्या. चौकडी इरसाल होती. गावातली अगदी वेचीव रत्नं अण्णानं जवळ केली होती. एकापेक्षा एक हिकमती माणसं. त्यांत सुपारी घेऊन कुणाचाही काटा काढणारा परशा मांदिशा होता. फरशी कुऱ्हाड हा त्याचा ट्रेड-मार्कच होता. ती कायम त्याच्या हातात असायची. कुणाच्या लग्नाला गेला, तरी हातात ती कुऱ्हाड घेऊन जायचा. जेव्हा बघावं तेव्हा त्याच्या एका हातात ती फरशी आणि दुसऱ्या हातात मिशी दिसायची. सदा आपल्या मिशीचं टोक पिळत असायचा. असा हा परशा मांदीशा एखाद्या दैत्यासारखा दिसायचा. तो ह्या अण्णा देशमुखांचा बॉडीगार्डच होता. अण्णा जातील तिथं तो असायचाच. दुसरा चन्नाप्पा गाढवे. हा भारी तिडेबाज माणूस. त्याचं आडनाव गाढवे असलं, तरी त्याचं डोकं गाढवी होतं. त्या डोक्यातूनच काय निघेल आणि काय नाही, याचा कुणाला अंदाजच करता यायचा नाही! दुष्काळी कामात त्यानं आपलं घर भरून घेतलं. गावच्या सहकारी सोसायटीचा सारा कारभार तोच पाहायचा. अण्णा देशमुख अध्यक्ष आणि तो सेक्रेटरी अशी ही जोडी होती. याशिवाय रामू भातमारे आणि बाबू पटेकरी हे तरुण रक्ताचे दोन पुढारीही त्यांचे साथीदार होते. हे झाले अण्णांच्या खास गोटातले लोक; पण यांच्या हाकेला 'ओ' देणारी गावात पाच-पन्नास माणसं होती. त्यांत पंधरावीस तालमीत घुमणारी हुम्मदांडगी, कंड पोरं होती. सारी आडगी, बिनडोक्याची. अमक्या तमक्याचं घर पेटवा असं अण्णानं म्हटलं, की लगेच पेटवून मोकळी! अशा ह्या चांडाळचौकडीनं कुणाचं घर पेटवलं, तर कुणाचं घर खाली बसवलं. कुणाला पळवून लावलं, तर कुणाला वडून आणलं. कुणाला नांदायला लावलं, तर कुणाच्या नांदण्याचं चांदणं केलं. ह्या जोरावर बघता बघता अण्णा देशमुख गावचे सरपंच झाले. सगळ्या सहकारी सोसायट्या

ताब्यात आल्या. गावचा सगळा कारभार त्यांच्या हातात आला. त्यांच्याविना गावातलं पान हालेना झालं. कुठलीही गोष्ट अण्णांच्या हस्ते होऊ लागली. त्यांचा काही संबंध नसला तरी तो जोडला जाऊ लागला. त्यांचे साथीदार होतेच तसे हिकमती. ते सगळं बरोबर घडवून आणायचे. चन्नाप्पा गाढवे तर ह्या असल्या कामात अगदी तरबेज. वाटेल तिथं भोक पाडायचा. सातवी तीनदा नापास झालेल्या अण्णांचा आणि गावतल्या शाळेचा काही संबंध नव्हता; पण ह्या चन्नाप्पा गाढव्यानं तो बरोबर जुळवून आणला.

एक दिवस चन्नाप्पा अण्णांच्या वस्तीवर आला. चांडाळचौकडी सगळी बसलेलीच होती. रोज रात्री ही बैठक वस्तीवर असायचीच. आल्या आल्या चन्नाप्पा म्हणाला, ‘‘अण्णा, हेडमास्तराला भेटून आलो.’’

‘‘का रं?’’

‘‘त्याला सव्वीस जानेवारीचं निमंत्रण द्याला सांगितलंय.’’

अण्णांनी विचारलं, ‘‘कसलं निमंत्रण?’’

‘‘अहो, कसलं काय, कार्यक्रमाचं!’’

‘‘कसल्या?’’

‘‘सव्वीस जानेवारीच्या.’’

‘‘पर निमंत्रण कसलं?’’

‘‘कार्यक्रमाचं.’’

‘‘आणि कार्यक्रम कसला?’’

‘‘अहो, सव्वीस जानेवारीचा.’’ असं बोलून तो खुलासा करीत म्हणाला, ‘‘अध्यक्ष म्हणून तुमाला बोलवा असं सांगून आलोय.’’

‘‘पर अध्यक्ष होऊन काय करायचं?’’

‘‘अहो, जाऊन खुर्चीवर बसायचं.’’

‘‘आणि खुर्चीवर बसून काय करायचं?’’

‘‘अध्यक्ष व्हायचं!’’

‘‘अरं ते तेच काय सांगाय लागलाईस?’’ असं म्हणून अण्णा बोलले, ‘‘आधी हे सांग सव्वीस जानेवारी ही काय भानगड असती?’’

आपली अक्कल पाजळत रामू भातमारे मध्येच म्हणाला, ‘‘अण्णा, अहो सव्वीस जानेवारीला आपला स्वातंत्र्यदिन न्हाई का?’’

त्याच्या तोंडाकडं बघत चन्नाप्पानं विचारलं, ‘‘आणि पंधरा ऑगस्टला काय असतंय मग?’’

रामू भातमारे येडबडला; पण न गडबडता म्हणाला, ‘‘ते निराळं आणि हे निराळं.’’

"काय निराळं?"

आता काय निराळं हे सांगायची पाळी आल्यावर त्यानं ठोकून दिलं, "त्यो बी स्वातंत्र्यदिन म्हणा!"

चन्नाप्पानं पुन्हा खोडा घातला, "अहो, तरुण रक्ताचे, त्योबी स्वातंत्र्यदिन आणि ह्यो बी स्वातंत्र्यदिन कसा?"

त्या खोड्यातनं त्याला बाहेर काढत अण्णाच म्हणाले – "जाऊ द्या, सोडा रं; त्याच्याविना आपलं काय नडलंय काय? आम्ही जाऊन काय करायचं एवढं सांगा."

आतापर्यंत गप्प बसून असलेला बाबू पटेकरी म्हणाला, "सोडा कसं? ते काय असतंय हे कळलं पाहिजे की!"

"ए अक्कलखंत्या," असा त्याचा उद्धार करून अण्णा बोलले, "अरं, ते काय का असंना! मी जाऊन काय करायचं हे महत्त्वाचं... एक स्वातंत्र्यदिन हाय आणि दुसरा पारतंत्र्य... फुडं?"

गप गुमान मान खाली घालत पटेकरी म्हणाला, "फुडं काय न्हाई..."

अडवणूक संपल्यावर अण्णा म्हणाले, "हं, चन्नाप्पा बोल..."

"अहो, तुम्ही जाऊन झेंडावंदन करायचं, बक्षिसं द्याची."

"मग उद्घाटन ठेवायला सांग की कसलं तरी..."

"ते का?"

"अरं, फित कापली म्हंजे काम भागलं... सोपं असतंय ते."

चन्नाप्पा बोलला, "कार्यक्रम भरगच्च ठेवतील हो."

"पर ती बोलायची भानगड नकोरं, लई...."

"ते मी बरोबर करतो हो... बोलायचं न्हाई, नुस्तं बघायचं! त्यांचाच कार्यक्रम मोठा ठेवायला लावतो की... गाणी, नाच. आहो, विविध गुणदर्शन... मग आपुन नुसतं गुणगान करायचं... सगळ्यांस्नी शाबासकी द्याची... मुख्य म्हंजे झेंडावंदन तुमच्या हस्ते झालं पायजे हे महत्त्वाचं!"

ह्यावर सगळ्यांचं एकमत झालं. चन्नाप्पानं सव्वीस जानेवारीचा कार्यक्रम बरोबर घडवून आणला.

सव्वीस जानेवारीची सकाळ उजाडली. अण्णा देशमुख आपल्या साथीदारांसह शाळेवर आले. पंचारतीनं ओवाळून त्यांचं स्वागत केलं. मग अण्णांच्या हस्ते झेंडावंदन झालं आणि सभेला सुरुवात झाली. खुर्चीवर बसून अण्णा अध्यक्ष झाले. शेजारी चन्नाप्पा बसला. एका गुरुजीनं शिटी फुंकली, त्याबरोबर तीन मुली अण्णांच्या टेबलाजवळ येऊन उभा राहिल्या. स्वागतपर गीत सुरू झालं. पेटीतनं सूर निघू लागले. डग्गा घुमू लागला आणि अण्णा चुळबूळ करू

लागले. त्यांची ही चुळबूळ चन्नाप्पानं बरोबर ओळखली. स्वागतपर गीत म्हणणाऱ्या तीन मुलींत मध्ये जी मुलगी होती तिनं अण्णांचं लक्ष वेधून घेतलं होतं. इतर परकऱ्या मुलींत ती एकदम उठून दिसत होती. खडीच्या काळ्या साडीतली तिची गोरी कांती मनात भरावी अशीच होती. थोराड अंगाच्या आणि गोऱ्या रंगाच्या त्या मुलीकडं बघून अण्णा भुलले. त्यांची ही चुळबूळ हेरून चन्नाप्पा त्यांच्या कानात म्हणाला, "शंभरजणींत उठून दिसंल अशी हाय का न्हाई?"

"बघितल्याबरोबर चळ भरलं... कुणाची कोण रं ही?"

"मागनं सांगतो.... मास्तर लोकांच्या नजरा आपल्याकडं हैत..."

मग थोडा वेळ अण्णा गप बसले. स्वागतपर गीत चालू होतं, तिकडं त्यांचं लक्षच नव्हतं. मध्येच त्यांनी चन्नाप्पाचा हात दाबला. चन्नाप्पा हळू आवाजात त्यांच्या कानाशी लागून म्हणाला, "अध्यक्ष झाल्याचा फायदा झाला का न्हाई?"

"मासा जाळ्यात आला तर फायदा..."

"आपल्या जाळ्यात येण्यासारखा हाय..."

"हाय?"

"मग?"

तिकडं स्वागतपर गीत चालू होतं आणि इकडं खलबत सुरू होतं. चन्नाप्पा कानात म्हणाला, "आपल्या राधाबाईची पोरगी ही!"

"जोगतिणीची?"

"तर..."

"हिला मग साळंत कशी घातली?"

"आता सगळं शिकाय लागल्यात अण्णा..."

"तरीच आवाजी इतकी नामी हाय..."

"गाणं संपलं म्हंजे तिला बक्षिसी झाईर करा."

"जवळ बोलावून पाठीवरनं हातच फिरवितो की!"

"तुम्ही पेटलाय!..."

"आगच तशी हाय... पेटंना तर!"

एवढ्यात स्वागतपर गीत झालं. टाळ्यांचा कडकडाट झाला. पेटलेले अण्णा स्वत: टाळी वाजवत म्हणाले, "हिकडं, हिकडं ए मुली..."

ती बावरली. कावरीबावरी होऊन थबकलेल्या हरिणीगत गप्पच उभी राहिली. तसे हेडमास्तरच जवळ येण्याची खूण करत म्हणाले, "ए ए,जवळ ए... कौतुकानं बोलावतात ए..."

लाजत लाजत खाल मानेनं ती कशीबशी जवळ आली. अण्णांनी एक दहाची नोट देत तिच्या हनुवटीला हात लावून म्हटलं, "आवाजी झक्क हाय...

हे घे बक्षीस.''

कशीबशी नोट घेऊन ती जाऊ लागली, तसा अण्णांनी तिचा हात धरला आणि पाठीवर थोपटत ते म्हणाले, ''नाव काय?''

''गजरा...''

''राधाबाईची लेक काय?''

''व्हय...''

''आवाज चांगला हाय... गाणं शीक.. नुसता खडा चांगला असून भागत न्हाई, त्यावर पैलू पाडावं लागत्यात. आत्ताची चालबी चांगली होती... कुणी लावली हुती?''

यावर हेडमास्तर एका गुरुजीकडं बघत म्हणाले, ''उठा गुरुजी...''

शिडशिडीत अंगाची एक ढांगुळी व्यक्ती उठून उभी राहिली आणि नमस्कार करून बोलली, ''मी गोपाळ गणेश तारदाळकर. संगीत शिक्षक म्हणून गेल्या जूनलाच इथं आलोय.''

गजराच्या पाठीवर हात फिरवत अण्णा त्यांना म्हणाले, ''चाल चांगली हाय गुरुजी... नव्या नव्या चिजा शिकवा. तुमाला बडती मिळवून देऊ...''

''हो शिकवू ना...''

''दर म्हैन्याला आम्हांला ऐकावायचं... आवाजी चांगली हाय, फुलली पायजे... काय गजरा, शिकणार न्हवं?''

दातांत पदराचं टोक धरत ती बोलली,''घरातनं परवानगी मिळाल्यावर शिकीन की...''

''ती कामगिरी आमच्याकडं लागली. मी घरात येऊन सांगतो की राधाबाईला...''

त्याच दिवशी अण्णा आणि चन्नाप्पा गजराच्या घराकडे गेले. स्वत: सरपंच घरी आल्यावर आणि मुलीचं एवढं कौतुक केल्यावर गजराची आईही भाळली. दुसऱ्या दिवसापासून गजराची शिकवणी सुरू झाली.

दर महिन्याला काय नवीन शिकवलं हे ऐकण्यासाठी गोपाळ गणेश तारदाळकर गजराला घेऊन अण्णांच्या वस्तीवर जाऊ लागले. असे चार महिने गेले. चौथ्या महिन्याला ठरल्या दिवशी गजरा आणि गुरुजी वस्तीवर आले आणि आता गाणं ऐकवणार एवढ्यात अण्णा म्हणाले, ''गुरुजी, एक काम करा—''

''काय करू?''

''दोन तास झालं, डोकं उठलंय. गावात जाऊन आधी ॲनासीनच्या गोळ्या घेऊन या...''

गोपाळ गणेश तारदाळकर गोळ्या आणायला टांगा टाकत वस्तीवरून गावाकडं निघाले. गाव दीड मैल लांब होतं. जाता-येता तीन मैलांची रपेट होती. एक तास तर नक्कीच लागणार होता. गुरुजी बाहेर पडल्यावर अण्णा निर्धास्त झाले. वस्तीवर दुसरं कोणी नव्हतं. त्यांनी बरोबर तशी व्यवस्थाच केली होती. शिवाय गेल्या चार महिन्यांत त्यांनी गजराला साड्याबिड्या देऊन तिची कळी खुलवून ठेवलीच होती. आज ती नुसती खुडायची होती. गुरुजी बाहेर पडले आणि तक्क्या मानेखाली घेऊन पाय लांब करत ते गजराला म्हणाले, “भाईर उनाकडं बघवत न्हाई बघ.. तिरीप आल्यागत होती... दार बंद करतीस?”

“दार लावून घेऊ?”

“व्हय, घे की...”

ती उठून दाराकडं गेली. दार बंद करत म्हणाली,“कडी लावू का तसंच असू द्या?”

“लाव की कडी... वाऱ्यानं उघडलं म्हंजे पुन्ना आणि तुला उठावं लागंल.... उगच ऊठबस कशाला?”

तिनं कडी घातली आणि कुठं बसावं याचा विचार करत ती जरा वेळ तिथंच थबकली. तिच्याकडं बघत अण्णा म्हणाले, “का, उभी का?”

“बसते की...”

ती जरा अंतर ठेवून लांब पायाशी बसली. जरा वेळ गेला आणि स्वत:च्या हातांनी आपलं कपाळ दाबत अण्णा स्वत:शी बोलावं तसं म्हणाले, “काय सुचंना झालंय.”

एव्हाना गजराची कळी पुरी खुलली होती. पुढं झुकून ती म्हणाली, “मी दाबू का जरा कपाळ?”

“दाबतीस?”

“व्हय, हलक्या हातांनी जरा शिरा चोळते... असं म्हणून पुढं सरकली. त्यांच्या छातीवर झुकून तिनं आपली बोटं कपाळावर ठेवली... दोन्ही तोंडं जवळ आली. तिच्या केसांच्या काही बटा अण्णांच्या तोंडावर आल्या. त्यांनी गप्पकन तिचे दोन्ही हात धरले... लाजून मान फिरवत गजरा म्हणाली, “थांबा की, कपाळ दाबते...”

“आता कशाचं कप्पाळ! गजरा, जवळ ए...”

गजरा खुदकन हसून बोलली,“लांब कुठं हाय? जवळच हाय न्हवं?”

“तेबी कळंना बघ मला.. खूळ लावलंस?”

“गुरुजीस्नी ॲनॅसीन आणायला लावून दिलं तव्वाच वळीकलं मी...”

अण्णांना जे पायजे होतं ते सगळं मिळालं. गजरा पणात आली होती.

तिलाही भान राहिलं नाही. विस्तवाजवळ लोणी गेलं; त्याचं पाघळून तूप झालं. पुढं चार महिन्यांत गावात कंड्या पिकल्या. गोपाळ गणेश तारदाळकरांना लोक खोदून खोदून विचारू लागले. गुरुजीही भाबडा होता. अजून मुरावा तसा मुरलेला नव्हता. सांगू नये त्या गोष्टी तो सांगू लागला.

गजराला दिवस गेले आणि ही गोष्ट तिच्या आईच्या नजरेत आल्याशिवाय राहिली नाही. तिनं तिची शाळा बंद केली. आता ह्यातनं कसं सुटावं असा तिला घोर पडला. सरपंचाचं नाव घ्यावं तर तो बलदंड माणूस गावात राहू द्यायचा नाही. काय करावं आणि कसं करावं ही विवंचना सुरू झाली. राधाबाईची झोप उडाली. जीव कात्रीत सापडला.

एक दिवस अण्णाच तिच्याकडं गेले. धीर देत तिला म्हणाले, "राधाबाई, काही काळजी करायची न्हाई..."

"काळजी करू नको तर काय करू?"

"तिचं लगीन लावून दिलं म्हंजे झालं न्हवं?"

"अहो, पोट दिसाय लागलंय. कोण करून घील?"

"ते मी बघतो. चांगला मिळवता सुशिक्षित नवरा गाठून दिला म्हंजे झालं न्हवं?"

"मग दुसरं काय पायजे आमाला तरी?"

"उद्या लगीन करून देतो. काय कोंची काळजी करायची न्हाई..." असं म्हणून अण्णा जे तिथनं निघाले ते आपले साथीदार घेऊन सरळ शाळेवर गेले. ही सगळी चांडाळचौकडी धाड यावी तशी एकाएकी शाळेवर आलेली बघून हेडमास्तरही चपापले. टोपी नीट घालून पुढे झाले आणि स्वागताचा नमस्कार करीत म्हणाले, "या अण्णा..."

अण्णा गरजले, "कुठं हैत ते संगीत मास्तर?"

"पाचवीच्या वर्गावर गाणं शिकवतात..."

"कुठं हाय त्यो पाचवीचा वर्ग?"

हेडमास्तर वर्ग दाखवालयला लगबगीनं पुढे झाले आणि त्यांच्या पाठोपाठ अण्णा देशमुख, त्यांचा बॉडीगार्ड परशा मांदीशे, चन्नाप्पा गाढवे, रामू भातमारे, बाबू पटेकरी आणि तालमीतले पाचसहा गडी हे सगळे लोक निघाले. पाचवीच्या वर्गावर ही धाड गेली, तेव्हा तिथं पेटीवर 'सा रे ग म' चालू होतं.

पुढे होऊन अण्णा एकाएकी गुरुजींना म्हणाले, "ए ऽऽ सा-रे-ग-म च्या बंद कर वाजाप आधी!"

गोपाळ गणेश तारदाळकर लडबडत उठून उभे राहिले आणि हात जोडून कसेबसे म्हणाले, "काय झालं काय?"

"काय झालं? गाण्याला चाली लावता लावता पोरीबाळी बिघडवाय

लावलाय का?''

"काय, केलं काय मी?''

"वर आणि ही चालबाजी!''

हातातली फरशी कुऱ्हाड नाकापुढं धरत परशा म्हणाला, "गुरुजी, खांडोळी करीन...''

गुरुजी अंगात हीव भरल्यागत थरथरू लागला आणि भर वर्गात अण्णांनी विचारलं, "आमी शिकवणी लावली हुती ती कशापायी? त्या गजराचं पोट कुणी फुडं आणलं?''

या खड्या प्रश्नानं गुरुजींची वाचाच गेली. काय बोलावं कळेना झालं आणि अण्णांनी एकदम दणका हाणावा तसं केलं. ते कडाडले, "उद्याच्या उद्या आमी लगीन लावणार हाय. गप भोवल्यावर चडायचं. का सभापतींच्या कानावर घालू?''

चन्नाप्पा गाढवे म्हणाला, "अहो, पट्टकन पराण जावा तशी नोकरी जाईल! अन्नाला म्हाग होऊन बसंल. हे काय लग्नाला न्हाई म्हंत्यात काय?''

अण्णांनी शेवटचं बजावलं, "काय असतील ती चांगली कापडं घालून सकाळी दिस उगवायला तयार व्हायाचं... ह्या शाळेम्होरंच पटांगणात तांदूळ टाकणार हाय आम्ही.''

परशानं दम भरला, "पळून बिळून गेलास तर जित्ता ठेवणार न्हाई...''

चन्नाप्पा बोलला, "ते काय पळून जातंय! रातभर पाराच बसवू की ह्याच्या खोलीवर...''

अण्णा देशमुख हेडमास्तरांना म्हणाले, "हेडमास्तर, बाकीची तयारी तुमी करा...''

"काय काय करू?''

"जरा पटांगण झाडून घ्या. कागदी पताका बिताका लावा. काय ईल त्यो खर्च आम्ही देऊ.''

हेडमास्तर तत्परतेने म्हणाले, "सगळी तयारी रात्रीतून करून ठेवतो.''

"सकाळी सगळं सज्ज पायजे बघा– आम्ही आल्यावर अमुक एक व्हायलंय असं होता कामा नये.''

"अक्षतांचं काय?''

"ते सगळं तुमी बघायचं. आम्ही फक्त मुलगी आणि भडजी घेऊन येणार.''

दिवस उगवायला सगळी तयारी जय्यत होती. स्वस्तिकबिस्तिक सगळं काढून स्वत: हेडमास्तर अक्षता घेऊन उभे होते. बरोबर सकाळी दिवस उगवायला

लग्न झालं. अक्षता टाकल्या. नवरानवरी दोघंही अण्णा देशमुखांच्या पाया पडले. आशीर्वाद देताना अण्णा म्हणाले, "आता लवकर आम्हांला पोर झालेलं बघायला मिळू द्या..."

आणि चन्नाप्पा बोलला, "कुणाचंबी भलं व्हावं—"

अण्णा हसून म्हणाले, "मग हे कसं झालं?"

चन्नाप्पा बोलला, "अण्णा, हे एक पुण्यकर्मच तुमच्या हातनं झालं की हो!"

"मग आता वाटा की पेडं..."

त्याबरोबर चन्नाप्पानं इशारा केला आणि एकाला दहा गुरुजी पेढे देत हिंडू लागले.

●

नाना आगलावे

नाना कोणत्या मुहूर्तावर जन्माला आला होता हे माहीत नाही; पण असा माणूस शोधूनही सापडणार नाही. तसा तो घरचा खाऊनपिऊन सुखी होता. जमीन-जुमला, घरदार, सगळं व्यवस्थित होतं. धनधान्य, दूधदुभतं– कशाला काही तोटा नव्हता. देवदयेनं सगळं भरपूर होतं. आयुष्यभर नुसतं बसून राहिला असता तरी काही कमी पडलं नसतं; पण नानाचं सुखच दुखू लागलं. सुखाच्या जिवाला दु:खाचा बिब्बा म्हणतात तशातली त्याची गत झाली. गप बसून सुखानं खात राहिला नाही. फुकटच्या कलागती विकत घेत राहिला. ना काम ना धंदा, असा हा माणूस गावात नको त्या उचापती करत हिंडायचा. अकारण कळी लावायचा. ह्याचं त्याला आणि त्याचं ह्याला काहीही सांगायचा. बसल्या बसल्या फुणगी सोडायची आणि मजा बघत राहायची. ही त्याची जन्माची खोड होती. वाढत्या वयाबरोबर ती गेली नाही; पण उलट वाढली. 'आगलावे' असं त्याचं नावच पडलं. अंगच्या कर्तबगारीनं एखादी पदवी मिळवावी तशी ती त्यानं मिळवली. माणूसच विचित्र. निष्कारण अशा लावालाव्या करण्यात काय आनंद वाटत होता, हे त्याचं त्यालाच माहीत.

असा हा नाना आगलावे पन्नाशीला आला. एकाला चार पोरं कर्ती झाली. वडिलांच्या या लावालाव्या खुद्द त्याच्या मुलांनाही बघवेना झाल्या. एक दिवस सगळी पोरं एकत्र बसली. त्यांनी आपसांत खल केला आणि वडिलांना निक्षून सांगायचं ठरवलं. रात्रीची जेवणं झाली आणि घरात मीटिंग भरली. सर्वांत मोठा मुलगा नानांना म्हणाला, "नाना, जरा बसा. आम्हांला काही थोडं बोलायचंय."

"बोला." असं म्हणून नानांनी बैठक मारली आणि पोरं बोलू लागली. मोठा मुलगा म्हणाला, "तुमच्यामुळं आम्हांला खाली बघायची पाळी येती."

दुसरा बोलला, "हे कशापायी तुम्ही असं वागता?"

तिसरा म्हणाला, ''तुम्ही असं करा– आम्ही एक पाचशे रुपये देतो ते घ्या आणि काय कुठं काशी-रामेश्वर असं देवदेव करून या. पुन्हा लावालाव्या करणार नाही असं देवाला सांगा. गंगेत अंघोळ करा आणि निर्मळ मनानं येऊन गप्प घरात देवध्यान करत बसा.''

एवढं बोलल्यावर चौथ्या पोरानं पाचशेच्या नोटाच पुढं ठेवल्या. त्यांनी हे ठरवलंच होतं. अखेरचा तोडगा म्हणून हा उपाय काढला होता. तीर्थक्षेत्र करून आल्यावर तरी काही वागण्यात बदल होतो का, हे बघावं असं योजलं होतं.

नानांच्या चारी मुलांनी खल करून हा बेत आखला होता. कारण परवाच नानांनी कुणाचं तरी एक जुळत आलेलं लग्न अकारण लावालाव्या करून मोडलं होतं. त्या प्रकरणात दुखावलेले लोक नानांना मारायला उठले होते. चार दिवस नानांना दडून बसायची पाळी आली होती. अखेर पोरांनीच हातापाया पडून आणि दादा-बाबा म्हणून कसंबसं ते प्रकरण मिटवलं होतं. त्यात त्यांना नाकीनऊ आले होते. ह्या रोजच्या कलागतींना पोरं अगदी विटली होती. त्यांना सुखानं राहता येत नव्हतं: म्हणून मुलांनी हा उपाय काढला होता. तसा निश्चय केला होता. पैसे पुढे ठेवल्या ठेवल्या मोठा मुलगा नानांना म्हणाला, ''उद्याच्या उद्या तुम्ही घरातनं निघायचं. कपडालत्ता काय पाहिजे ते घ्या आणि एक महिनाभर देवदेव करून या.''

पानाचे देठ खुडत नाना म्हणाले, ''हवापालट करून येऊ म्हणता?''

''हवापालट करा, काही करा; पण निदान एक महिनाभर ह्या गावाचं तोंड बघू नका.''

पानांच्या शिरा काढत नाना बोलले, ''अरे, पण उद्या अमावास्या!''

मोठा मुलगा निश्चयानं म्हणाला, ''नाना, अमावास्या असो नाही तर पौर्णिमा. अमावास्येला पोरं जन्माला येत नाहीत?''

''तेही खरंच म्हणा....''

''मग?''

''ठीक आहे. उद्या पडतो घराबाहेर... येतो तीर्थक्षेत्रं करून. खरं सांगू? मलासुद्धा कळत नाही, मी का असा वागतो हे... काही वेळा राहावतच नाही... बघू तुम्ही म्हणता तो उपाय करून.. पहिली अंघोळ गोदावरीत करतो.''

आणि ही गोष्ट खरी होती. आपण का असे वागतो, हे खुद्द नानांनाही कळत नव्हतं. काही प्रकरणं अंगाशी आली, तेव्हा नानांनी ठरवलं होतं, की पुन्हा आता असं वागायचं नाही; पण एकदमच लहर यायची. कुठली तरी एक दैवी शक्ती जणू त्यांच्या अंगात संचारायची आणि ती त्यांना गप्प बसू द्यायची नाही. एका प्रकरणातनं ते मोकळे होतात न होतात एवढ्यात दुसरं काहीतरी करून बसायचे.

जित्याची खोड मेल्याशिवाय जात नाही म्हणतात, अगदी तसं नानांच्या बाबतीत अनुभवायला येत होतं. स्वत: नानाही कंटाळले होते. मुलांनी सुचवलेला उपाय करून पाहवा असं त्यांनी ठरवलं आणि दुसऱ्या दिवशी सकाळी एक पडशी खांद्यावर टाकून नानांनी घराचा निरोप घेतला आणि गाव सोडलं.

आपल्या गावापासून सहा मैलांवर एक मोटाररस्ता होता. तिथपर्यंत चालत जाऊन त्यांना एस.टी. पकडायची होती. नाना सकाळच्या अशा प्रसन्नवेळी चांगला विचार करीत निघाले होते. तीन-चार मैल अगदी प्रसन्न मनानं त्यांनी वाटचाल केली. कोणताही वाईट विचार मनाला शिवला नाही; पण चार मैल गेले आणि एक गाव जवळ आलं. गावच्या ओढ्यावर एक तरुण मुलगी धुणं धूत असताना दिसली. तिला पाहिल्याबरोबर ओढा न ओलांडता नाना उभे राहिले. कुठली तरी दैवीशक्ती एकाएकी त्यांच्या अंगात संचारली. त्यांना राहवलंच नाही. किलकिल्या डोळ्यांनी तिच्याकडं बघत नाना म्हणाले, "कोण, तोडकराची मंगल का?"

"व्हय नाना, मी मंगलच."

नानांच्या मनानं उचल खाल्ली. गप पुढे न जाता उपरण्यानं तोंडावरचा घाम पुसत ते तिच्याजवळ गेले. एक मोठा खडक बघून त्यावर ते बसले. खांद्यावरची पडशी उतरून खाली ठेवली. पैरणीच्या खिशातली चंची काढली आणि पानाचे देठ खुडत त्यांनी क्षेमकुशल विचारायला सुरुवात केली, "कसं काय मुली, काय म्हणतं सासर?"

"देवदयेनं सगळं चांगलं हाय बघा. काय कशात उणं न्हाई."

तोडकरांची मंगल ही नानांच्याच गावची. माहेरचं माणूस भेटल्यावर जो आनंद होतो तोच तिला झाला होता. धुणं धुवायचं सोडून ती ओढ्यातनं वर आली आणि जवळ जाऊन बोलत उभी राहिली.

"मुलं किती झाली?"

"दोन हैत, एक मुलगा आणि एक मुलगी."

"छान, छान" असं म्हणून नानांनी विचारलं, "म्हणजे आणि एक झाल्यावर ऑपरेशन करणार?"

"मग खंडीभर पोरं घेऊन काय करायचं तर नाना?"

असं म्हणून ती हसली. नानाही हसले, पण हातातला धागा न सोडता पुढं जात म्हणाले, "जाचबीच काय कुणाचा दिसत नाही.. अंगावरचं तेजच सांगतं..."

"जाच कोण करणार नाना?"

"होय की, सासू नाही..."

"सासरा हाय त्योबी चांगला हाय... तसं सगळीकडं काय कमी न्हाई बघा..." असं म्हणून तिनं आपल्या माहेरची चवकशी केली. "आमच्या घरातली

माणसं ती सगळी बरी हैत?''

नानांचा उपजत गुण जागा झाला. त्यांना राहवलंच नाही. आपले डोळे किलकिले करून तिच्याकडं बघत ते म्हणाले, ''खरं सांगू का खोटं?''

ती घाबरली. मन घट्ट करून म्हणाली,''काय असंल ते खरं सांगा की.''

''तुला आणि वाईट वाटायचं...''

''वाटण्याचं काय हाय नाना... काय असंल ते खरं सांगा... न्हाई सांगितलं तर चुटपूट न्हाई का लागायची जिवाला माझ्या?''

''त्याचं असं हाय...'' असं म्हणून नानांनी जरा आसन बदललं आणि ते बोलले, ''तुझ्या आईवडिलांनी जिवाला लावून घेतलंय. मनंच हबकल्यात त्यांची.''

''ते कशानं हो?''

''आता कशानं?'' असं म्हणत नाना बोलले, ''तुझ्या सासऱ्यापायी.''

''म्हंजे?''

''आता तू म्हणतीस सगळं चांगलं हाय, पर तुझ्या सासऱ्याबद्दल फार बोलवा झालाय. अशा घरात आपण लेकीला देऊन फसलो असं वाटतं त्यांना.''

ऐकावं ते नवल वाटून तिनं विचारलं, ''अहो, कशाचा बोलवा? काय नीट सुदरून तर सांगा.''

''हे बघ मंगल'' असं म्हणून ते तिला म्हणाले, ''तुम्ही नवराबायको आत झोपता. सासरा बाहेर सोप्याला, होय ना?''

''व्हय की...''

''व्हय की काय? केव्हा मध्यरात्री उठून बाहेर सोप्याला जाऊन बघितलंय का?''

''काय कारान?''

''बाई, तुझा सासरा एका बाईबरोबर लागू आहे. ती बाई तुमच्याच भाऊबंदातली आहे. मध्यरात्र झाली की ती उठून सोप्याला येती... पहाटेपर्यंत दोघं एका एका अंथरूणात असतात. याला काय नीती म्हणायची?''

मंगल हे ऐकून हबकलीच. कावरीबावरी होऊन ती म्हणाली,''कोण बाई?''

''त्याच्या सख्ख्या भावाची बायको... म्हणजे त्याची कोण?''

''अहो, काय बोलता?''

''मी काय बोलतो असं वाटत असेल तर तू आज रात्री स्वत: डोळ्यांनी बघ ना? आज अमावस्या ना?''

''व्हय, आज आमुशा.''

''अशा दिवशी अशा कामाला जोर असतो. माणसाला राहावतच नाही. आज मध्यरात्री बेतानं कडी काढून तू सोप्याला जा, आणि बघ बिछान्यातच चोर

सापडतात का नाही.''

नानांनी अशी चावी दिली आणि मंगल भडकलीच. ती म्हणाली, ''आज रात्री झोपते कशाला! मध्यान रातची उठते आणि कडी काढून बघते की जाऊन सोप्याला.''

''पांघरूण काढून बघायचं...''

''मग सोडते काय तर...''

लावायची ती कळ लावली आणि नाना उठून पुढं निघाले. थेट तिच्या घरी गेले. आता त्यांचं एकेक पाऊल पुढंच पडू लागलं. दैवी शक्ती जोरात आली. मंगलचा सासरा निवांत सोप्याला बसला होता. नाना जाऊन म्हणाले, ''काय काका, आराम बसलाय?...''

''या नाना... कुणीकडं निघालाय?''

इकडच्या तिकडच्या चार गोष्टी झाल्या आणि नानांनी हळूच एक फुणगी सोडली. डोळ किलकिले करून त्या म्हाताऱ्याकडे बघत, नाना म्हणाले, ''आम्ही बोलू नये पण घराण्याचा सत्यानाश होऊ नये म्हणून सावध करतो...''

''काय असंल ते बोला की....''

''गोष्ट मनाला लावून घेणार नसाल तर सांगतो.''

''काय असंल ते कळलं पायजे.. बोला नाना.''

''सुनेवर जरा पाळत ठेवा एवढंच सांगायचं.''

मंगलचा सासरा हादरला. त्याचा चेहराच खाडकन् उतरला. वाचा गेल्यागत नुसतं तो नानांच्या तोंडाकडं बघत राहिला. सावज आपल्या टप्प्यात आलंय हे नानानं ओळखलं आणि बरोबर बाण सोडावा तसा तो बोलला, ''अहो, मुलीला मी लहानपणापासून बघत आलोय. दिसायला धुतल्या तांदळासारखी; पण अंतरंग फार निराळं आहे. केव्हा कडी काढून रात्री बाहेर जाईल हे तुम्हांला कळणारही नाही. जरा रात्री सावध झोपत चला. खरं सांगू... तिला एक सोयरा नाही... तीन आहेत तीन, काका... काय चाल्लंय हे घरात तुमच्या?....''

''मला हे खरं वाटत नाही.''

''अहो, रात्री जागं राहून अनुभव घ्या. मी पुन्हा परत येईन तेव्हा मला सांगा...''

''मी आज राच्चं झोपतो कशाला....?''

''काका, आज अमावस्या ना? मग आज ती नक्की सापडंल. असलं कारभार अंधारातच चाल्ल्यालं असत्यात. भर मध्यान रात्री कडी काढून ती गुपचुप बाहेर पडेल. कडी वाजली की बघाच. वर आणि तुम्ही झोपलाय का नाही हे तुमचं पांघरूण काढून बघंल. खात्री करून घेईल. तिनं पांघरूणाला हात

घातला की तुम्ही तिला धरून विचाराच– म्हणायचं, काय चाल्लंय काय?''

हे ऐकून म्हातारा पेटला. त्याला धड बोलता येईना झालं. कसाबसा तो म्हणाला, ''आता माझी झोप उडाली. आज रात्रीपासनं पाळत ठेवतो. सापडू द्या ती. बघतोच.''

कळ लावून झाली आणि नाना निघाला. आता त्याच्या डोक्यात मंगलचा नवरा आला. त्याला गाठल्याशिवाय चैन कसं पडणार? हातात घेतलेली कामगिरी पुरी केल्याशिवाय तो पुढं जाणारच नव्हता. वाट वाकडी करून थेट त्यानं त्याचं शेत गाठलं. मंगलचा नवरा बिचारा दुपारी भाकरी खात खोपीत बसला होता. नानाला बघून तो म्हणाला, ''या नाना, जेवता का?''

उपरण्यानं घाम पुसत आणि वारा घेत नाना म्हणाले, ''कशाचं जेवतोस रामचंद्र...''

''काहो नाना, काय झालं?''

''खरं सांगायचं, तर पोरा, तुझा घात झालाय.''

रामचंद्र गडबडला. पुढ्यातली भाकरी बाजूला सारत तो आचारी का बिचारी होऊन म्हणाला, ''कसला हो घात?''

''खरं तर आम्ही बोलू ने... तुला आणि वाईट वाटेल.''

''पण चांगल्यासाठी वाईटपणा घ्यायला पायजे, नाना... काय असंल ते सांगा...''

''सांगू?''

''सांगा की...''

''मन घट्ट कर.''

''म्हंजे?''

''लई वाईट गोष्ट आहे, बाबा. मनावर धोंडा ठेवून ऐक.'' रामचंद्रानं मनाची तयारी केली. मन घट्ट करून तो म्हणाला, ''जे असंल ते सांगा. मी ऐकतो...''

''तुझ्या काळजाला घरं पडतील.''

''चालंल.''

''मग ऐक तर.'' असं म्हणून नाना त्याच्या खांद्याला धरून म्हणाले, ''बाबा रामचंद्रा, कसलं रे नशीब तुझं? खुद्द तुझी बायको, धर्मपत्नी तुझ्या बापाबरोबर लागू आहे.''

''काय म्हणता काय नाना?'' असं म्हणून रामचंद्र भडकला. तावातावानं बोलू लागला. त्याचं सगळं बोलणं ऐकून घेतल्यावर शांतपणे नाना म्हणाले, ''पोरा, तू भाबडा आहेस. माणसाची वासना वाईट असते. ती भल्याभल्यांना बिघडवती.''

"माझा बा तसा न्हाई."

"काय ठावं हाय तुला? रात्री ढोरासारखा झोपतोस. जरा झोपेचं सोंग घे आणि बघ काय दिसतंय तुला. मध्यान रात्री सून हळूच कडी काढून सोप्यावर जाती. सासऱ्याच्या बिछान्यात झोपती..."

"माझी झोप उडाली..."

"मग तुला आजच अनुभव ईल बघ..."

मुसमुसत तो म्हणाला, "बघतो की... कडी काडून नुस्ती भाईर जाऊ द्या..."

नानांनी बरोबर आग लावली. एकाच घरात सुरुंगाच्या तीन बत्त्या लावून ठेवल्या. मध्यरात्रीला या तीनही वाती पेटणार होत्या. सुरुंग कसा उडतो हे बघायची त्यांना उत्सुकता होतीच. तीर्थक्षेत्रांना निघालेले नाना पुढे न जाता त्यांनी त्याच गावातल्या धर्मशाळेत मुक्काम केला. दिवस मावळून कडुसं पडलं. अंधार झाला. गाव सगळं शांत झोपी गेलं; पण एका घरातले तीन जीव अंथरुणावर पडूनही जागे होते. होता होता मध्यरात्र झाली. मंगल जागीच होती. ती हळूच उठली. बेतानं दाराजवळ गेली. हळूच कडी काढली. बेतानं दार उघडलं.

नवरा जागाच होता. तिच्या पाठोपाठ तो उठला.

सासराही जागाच होता. नुसतं झोपेचं सोंग करून तोंडावर पांघरूण घेतलं होतं. मंगलनं त्याच्या पांघरुणाला हात लावल्याबरोबर सासऱ्यानं खस्सकन तिचा हात धरला.

रामचंद्रानं हे एवढं बघितलं आणि दोघांना काठी बसंल असं धोपटायला सुरुवात केली...

मध्यरात्रीला दंगा उसळला. धाड धाड धाड तीनही सुरुंग उडाले. एकाच वेळी. तीनही वातींनी एकदम पेट घेतला. हां हां म्हणता घर कोसळलं...

गाव सगळं जागं झालं; फक्त नाना आगलावे तेवढा एकटा धर्मशाळेत झोपून होता. एक महिन्याच्या तीर्थयात्रेचा हा पहिला दिवस असा गेला! अजून यात्रा बरीच होती...

●

लई विचार केला आणि गोवा काढला!

माळ्याची राधी आज आठ दिवस झाले रानात कामाला येत होती. बापूसाबाला खूळ लागल्यागत झालं होतं! गड्याचं चित्त ठिकाणावर नव्हतं. ध्याई पेटल्यागत झाली होती. राधीशिवाय दुसरं काही सुचत नव्हतं. तिनं त्याला तसं भुलवलंच होतं. त्याच्या मनाला भूलच पडली होती. बापूसाबही भुलला होता. सहसा वाट सोडून बगलेला न जाणारं पोरगं, त्या राधीच्या मागं लागलं होतं. कामच बिघडलं होतं! सगळं जमून आलं होतं. पण आसरा मिळत नव्हता. एकाला दहा बायका रानात कामाला येत होत्या. दोन गडीही होते. ह्या सगळ्यांची त्यांच्यावर पाळत होती. डोळ्यांवर आल्यागत झालं होतं. जमूनसुद्धा काही उपयोग नव्हता. फार प्रयत्न करून बघितला. पण ती एकटी अशी काही सापडत नव्हती. सारखं कुणी ना कुणी पाठीवर असायचं. ती लवकर रानात आली तरी घरचे गडी पाळतीवर असायचे. दुपारची भाकरी खाल्यावर पाणी प्यायला ती विहिरीवर गेली; तरी कोणीतरी मागे असायचं. सगळ्यांनी असा पहारा ठेवल्यागत केला, आणि तिला एकटी कशी गाठावी हा बापूसाबाला घोर पडला. काय करावं, कळेना झालं. कामाला येणाऱ्या बायका तिला विसमायला तयार नव्हत्या. घरचे गडी तर असे पाळत ठेवून होते. त्यातनंही धीर करून तिला जरा खुणावलं असतं, तर कुणाची कदर न करता ती मागनं आली असती, चांगला पंधरा एकर उसाचा फड होता. तिला फडात घेऊन गेलं असतं तर कोण काय करणार होतं? जरा लोकांनी गवगवा केला असता, बायकांनी नाकं मोडली असती; तोंडाला पदर लावून फिदीफिदी हसल्या असत्या आणि गप आपल्या घरात बसल्या असत्या. ह्याच्या पलीकडं काय केलं असतं?

बापूसाबाचं कुणी काय वाकडं केलं नसतं. बोलूनचालून तो तालेवार होता. पंचवीस जनावरं दावणीला होती. रोज दहा-पंधरा बायका मोलानं कामाला येत

होत्या. घरात पिढीजात सावकारी होती. सोनं-नाणं, पैशाअडक्याला काही कमी नव्हतं. अडलेनडले लोक दारात उभे राहात होते. बापूसाहेब गावचा राजा होता. कुणाची बायको जरी ओढून आणली असती; तरी त्याच्या मानगुटीला धरायची गावात कुणाची हिंमत नव्हती. हे असं जरी होतं, आणि माळ्याची राधा जरी त्याला वश झाली होती; तरी बापूसाबाला त्या राधेला घेऊन खोपीत बसावं, नाही तर उसाच्या फडात शिरावं अशी काही छाती होत नव्हती. जनाची नसली तरी मनाची लाज वाटत होती. सगळ्यांची अशी पाळत असल्यावर लोकांच्या नजरा चुकवून एकटीला गाठायची कशी? कुणी बघितलं, तर काय करायचं? कुणी काही करील ह्याची भीती वाटत नव्हती, पण लोक काय म्हणतील ह्याचा घोर लागून राहिला होता. तो नुसता तालेवार नव्हता. रोज येणारी वर्तमानपत्रं वाचत होता. गावात त्याचं जरा वजन होतं. चार लोक त्याला शहाणा समजत होते. तो नुसता सावकार असता तर गोष्ट निराळी होती. पण तो नुसता सावकार नव्हता. सावकार असून शहाणा होता. शिकलासवरला होता. आजवरची चालचलणूक चांगली होती. वयानं लहान असून नावलौकिक मिळवला होता. आजवर अब्रू जतन करत आला होता आणि ह्याचीच त्याला लाज वाटत होती. त्याच्यासारख्यानं जर असं काही केलं, तर लोक काय म्हणतील, गाव काय म्हणेल असा विचार मनात येत होता आणि त्याचं मन त्याला खात होतं. मन खात होतं खरं, पण ते गप्पही राहात नव्हतं. डोळ्यांपुढं एक सिनेमा दिसावा तशी राधी येऊन उभी राहात होती.

भवानी होतीच तशी छाटकी! आंबा पाडाला आला होता. उफाड्याची राधी देखणीपान होती. काडीनं लिवल्यागत दिसत होती. बोलणं तर असं होतं, दर शब्दानं तोंडाला मधाचं बोट लावत होती. नुसतं साखरपाणी! डोळे बदामी होते. नखानं कोरल्यागत दिसत होते. नुसती नजर वळली म्हणजे काळजाला आग लागत होती. केळीच्या कोक्यागत ऊर गचगचीत होता. गोऱ्या पाठीवर पन्हाळी पडली होती, चालताना कमरेखालचा भाग खालवर हालत होता. भुईतनं उगवल्यागत दिसत होती. असा पाडाचा आंबा रसरशीत होता आणि दोन्ही हातांत धरून तोंडानं दात लावावासा वाटत होता. जेव्हा बघावं, तेव्हा तीर ओढल्यागत ती टक लावून बघत होती, आणि गालाला खळी पाडून हसत होती. उगंच बघत होती, उगंच हसत होती. जीव बेजार झाला होता. तिच्या नजरेचं गिरमिट काळीज पोखरत होतं. जिवाची सगळ्या घालमेल उडाली होती. बापूसाबाचा जीव अहोरात्र तळमळत होता. हिला कुठं आणि कशी गाठावी हेच सुचत नव्हतं. मनात येत होतं... हिच्याबरोबर एक रात्र खोपीत काढावी... हिला घेऊन काश्मीरला जावं... हिला पुढं घेऊन घोड्यावर बसावं... हिच्या गालावरल्या बटा आपल्या

लई विचार केला आणि गोवा काढला! । **९७**

हातानं कानामागं साराव्यात... गालावरची खळी ओठांत भिजवावी... हिला बग्गीत बसवून मुंबई हिंडवून दाखवावी... हिला नेसायला चंदेरी शालू घेऊन द्यावा आणि जरीच्या काठाची रेशमी चोळी शिवावी–मनात रग्गड येत होतं पर काही करता येत नव्हतं. नुसतं तिच्याकडं बघितलं, तर बाकीच्या बायका वळून बघत होत्या. कामाचे गडी एकमेकांकडे बघून खाकरत होते. कुणादेखत तिच्याकडं बघायची सोय नव्हती. बोलायची हिम्मत होत नव्हती. काहीतरी निमित्त करून एक चार शब्द बोलावेत, तर सगळ्यांना खोकला येत होता. माकड खोकल्याचा रोग झाला होता. काय करावं कळत नव्हतं!

दुपारची सुटी झाली होती. एके जागी सावलीला बसून बायका सगळ्या भाकरी खात होत्या. गडीही भाकरी खात तिथंच बसले होते. राधी वळून वळून खोपीकडे बघत होती. खोपीखाली सावलीला बसलेल्या बापूसाहेबाला जमीन थारा देत नव्हती. उठावं आणि त्या घोळक्यात जाऊन बसावं असं त्याला वाटत होतं. पण जायचं तरी कसं? सहज गेल्यागत जावं तर लोक म्हणणार, राधीच्या वासावर आला. काय निमित्त काढावं हा विचार पडला. राधी तर सारखी वळून बघत होती. त्या लाजमुडीनं तर ताळ सोडल्यागत केला होता. जीव तर एक राहवत नव्हता. नुसतं लांबनं बघण्यात तहान भागत नव्हती. उलट घशाला जास्त कोरड पडत होती. काहीतरी निमित्त करून उठावं आणि जाऊन बसावं, असं वाटत होतं. तिच्याबरोबर बसलं, तरी दुसऱ्याबरोबर बोलावं आणि तिला जवळनं बघावं... निदान डोळ्यांची आग तरी थंड करावी, नजरेनं गिळून टाकवंसं वाटत होतं आणि एकाएकी बापूसाबाला एक झकास कल्पना सुचली. ताज्या वर्तमानपत्राची सुरळी त्याच्या हातांत होती. गेले दहा-बारा दिवस गोव्याच्या बातम्या जाड ठशांत छापून येत होत्या. भारतीय सेना गोव्याच्या हद्दीवर ठाण मांडून बसली होती. केव्हा भडका उडेल आणि युद्ध पेटेल हे सांगता येत नव्हतं. लोकांनाही या गोष्टीचं कुतूहल होतं. बोलायला हा विषय चांगला होता. गोव्याच्या लढाईचा विषय काढायचा असं ठरवून बापूसाब उठला आणि वर्तमानपत्राची सुरळी हातांत घेऊन तो थेट त्या घोळक्याकडे गेला.

दोन-तीन गडी आणि काही बायका, आंब्याच्या गार सावलीत बसून भाकरी खात होत्या. मालकाला जवळ येताना बघून एका गड्यानं आपल्या ढुंगणाखालचं घोंगडं काढून बाजूला पसरलं. दुसऱ्या एकानं खाकरा काढून राधीकडं बघितलं. लाजल्यागत करून राधीनं खांद्यावर पडलेला पदर डोक्यावर घेतला. बायका सगळ्या एकमेकीकडं बघून खुणावू लागल्या आणि एका गड्यानं मान मागे वळवून म्हटलं "या मालक, जेवा या."

दुसरा एकजण म्हणाला, "या जरा, भाकरी खावा या."

खाली घोंगड्यावर बसत बापूसाब म्हणाला, "कशाचं जेवतोस आणि कशाची भाकरी खातोस मर्दा!"

"का हो, काय झालं?"

"काय झालं?" असं विचारून बापूसाबानं हातातल्या वर्तमानपत्राची सुरळी उलगडून आपल्या तोंडासमोर धरली आणि बाकीच्यांची तोंडं चुकवत राधीकडं बघत तो म्हणाला, "आजकाल काय चाललंय, काय पत्ता हाय का तुम्हांला? गडद जेवत बसलाय. भाकरी तरी कशी खायची सुचती तुम्हांला?"

भाकरी खायची बंद करून लोक बापूसाबाकडं बघत राहिले आणि वर्तमानपत्राच्या आडानं बापूसाब म्हणाला, "छापून आलंय म्हणून काय विचारतोस? आज पंधरा दिवस झालं, रोज छापून याय लागलंय की असं!" म्हणून तो त्यांच्या तोंडाकडं टक लावून बघत राहिला, आणि आपल्या मनाला वाटणारं आश्चर्य हातानं दाखवत म्हणाला, "म्हणजे तुम्हांला काही वार्ताच नाही म्हणायची!"

"काय न्हाईबा" असं एकजण म्हणाला, आणि दुसऱ्यानं विचारलं,

"काय वार्ता?"

त्यांची कीव करत बापूसाब बोलला, "अरे बाबांनो, दुसरी कसली वार्ता? गोव्याच्या लढाईची वार्तागा!"

राधीसकट सगळ्या बायका बापूसाबाच्या तोंडाकडं बघत राहिल्या. गडीही कान टवकारून ऐकत बसले आणि बापूसाबानं गोवा पुराण सुरू केलं! हातवारे करून तो सांगू लागला, "खुळ्यांनो! काय ऐकतासा आणि काय सांगायचं?आज-उद्या एवढ्यात भडका उडेल. एकदा लढाईला तोंड सुरू झालं म्हणजे उद्या काय होईल, हे सांगता येतंय?"

"व्हय की!" असं म्हणून एक म्हातारी तत्त्वज्ञान सांगत म्हणाली, "आजचं काय सांगता येत न्हाई, आणि उद्याचं काय सांगायचं?"

"उद्याचं काय सांगायचं म्हणून काय म्हणतीस म्हातारे!" असं म्हणून बापूसाब बोलला, "उद्या लढाई सुरू होती बघ!"

झालं! भाकरी खायची थांबली. फडक्यातली भाकरी फडक्यात, हातातला घास हातात, अशा स्थितीत सगळेच त्याच्या तोंडाकडे बघत राहिले. एवढा सगळ्यांना माकडखोकला झाला होता; पण कुणी खाकरलं नाही; कुणी खोकलं नाही. उघडलेलं तोंड न मिटता सगळे बघत राहिले आणि राजरोस राधीकडं बघत, तिला डोळ्यानं खुणवत बापूसाब वर्णन करून सांगू लागला, "ही लढाई म्हटल्याली हाय! ह्यातनं काय होईल आणि काय नाही, हे काय सांगता येतंय? किती माणूस मरंल, किती गावं जळून खाक होतील, काय काय दशा उडंल आणि काय होईल, हे काय सांगता यायचं नाही!"

बापूसाबानं लढाईचं असं भीषण चित्र समोर उभं केलं आणि असं वर्णन करून सांगितलं, की लोक खुळे होऊन बसत राहिले! आणि बापूसाब जसंजसं सांगत जाईल तसं तसं ऐकून घ्यावं असं वाटू लागलं. ऐकावं त्या गोष्टीचं नवल वाटू लागलं. सगळ्यांना कुतूहल होतं. कारण गेले पंधरा तीन वार लोक काहीना काही गोव्याबद्दल ऐकत होते. तीन आठवडे सैन्य चाललं होतं, ते लोकांनी डोळ्यांनी बघितलं होतं. मिलिटरीच्या लॉऱ्या, रणगाडे यांची रस्त्याला रीघ लागली होती! हजारांनी तोफा गेल्या होत्या. तांडेच्या तांडे रस्त्याला भेटत होते. बैलगाडीला वाट मिळत नव्हती. तास-तास लोक एका अंगाला बैलगाडी उभी करून बघत राहात होते. ही सगळी सेना आणि दारूगोळा गोव्याला निघालाय एवढं ऐकून होते. त्यांच्या त्या वाहतुकीनं रस्ता धड राहिला नव्हता. हे सगळं आठवून एकानं विचारलं, "मालक, आपल्या रस्त्यानंच मिल्ट्री गेली की हो! ती सगळी तिकडं गव्यालाच गेली व्हय?"

"गव्याला न्हाईतर काय जेवायला गेली काय?" असं विचारून बापूसाब म्हणाला, "बाबांनो, नुसत्या आपल्या एका कोल्हापूर रस्त्यानं मिल्ट्री गेली न्हाई, पार सगळ्या हिंदुस्थानातनं चाललीया!"

"म्हंजे सगळीकडची सेना तिथं गोळा झालीया व्हय?"

"बाबा, जसं चौदा चौकड्याचं रावणाचं राज्य, तसं अनेक प्रांत हैत हिंदुस्थानात! ह्या सगळ्या प्रांतांतनं सेना निघालीया. अजून चाललीया... म्हैना झाला!"

"अजून जाऊन पोचली न्हाई?"

"काही पोचली, काही निघालीया." असं सांगून बापूसाब म्हणाला, "हजारांनी पायदळ गेलंय. समुद्रानं बोटी गेल्यात. शेकड्यांनी इमानं जाऊन पोचल्यात. तसंच रणगाडं निघाल्यात, तोफा निघाल्यात, आगिनगाड्या चालल्यात."

एकानं मधेच विचारलं,"आगिनगाड्या कशाला निघाल्यात? त्याबी लढाई खेळत्यात?"

एक हात वर करून त्याच्या तोंडाजवळ नेत तो म्हणाला, "निव्वळ खुळं रं तुम्ही! आगिनगाड्या काय लढाई खेळायला जात न्हाईत. पर त्यांतनं सैन्य जातंय, पेट्रोल घेऊन जात्यात, दारूगोळा घेऊन जात्यात. कसं कळत न्हाई तुम्हांला?" असं म्हणून त्यानं वळून राधीकडं बघितलं. राधीही कौतुकानं हसली आणि पुन्हा गाडी सुरू झाली. बापूसाब सांगू लागला,"लाखो सैनिक गेलंय. मोटारींना तर गणतीच नाही! आणि काय तरी बघा, धा आगिनगाड्या भरून पेट्रोल गेलं! एका राकेल डब्यात चार गॅलन तेल असतं, तर या आगिनगाड्यांत किती पेट्रोल असंल?" असा प्रश्न विचारून बापूसाब सगळ्यांच्या तोंडाकडं

बघत राहिला. त्यानं घातलेल्या हिशेबाचं उत्तर कुणालाच सुचेनासं झालं. तसं मग त्यानं एक उदाहरण घेऊन सांगितलं, "हे बघा, तुम्ही दरसाल आगिनगाडीनं ज्योतिबाला जाताय."

"व्हय जातो."

"एका गाडीनं किती माणसं जात असतील बरं?"

"मेंढरं भरल्यागत माणसं जात्यात. हजारो जात असतील!"

"हजारो?... लाखो!" असं म्हणून बापूसाब बोलला, "ह्यावरनं किती पेट्रोल गेलं असंल ह्याचा विचार करा."

काय विचार करणार? गडी आणि बायका खुळ्या झाल्या. राधी कौतुकानं टक लावून बघत बसली. एकानं विचारलं, "एवढं पेट्रोल न्हेऊन काय करणार?"

"तान लागल्यावर घटाघटा पेणार!"

असा बोलणाऱ्याचा पाणउतारा करून बापूसाब सांगू लागला, "बाबांनो, हे पेट्रोल हाय, तर सगळं हाय! मोटारी, रणगाडं, विमानं ही सगळी पेट्रोलवर चालत्यात."

एकानं विचारलं,"मालक, ह्या तोफा एक डागता येत्यात. हातात बंदूक असली तर गोळी झाडता येती. पर त्या लढाईत इमानांची काय कामगिरी बरं?"

"विमानांची तर खरी कामगिरी" असं म्हणून बापूसाब फोड करून सांगू लागला,"एकदा लढाई सुरू झाली, म्हणजे तुमच्या तोफास्नी आणि बंदुकीस्नी कोण विचारतंय बाबा? इमानातनं बांबगोळं टाकलं म्हणजे झालं! एक बांब पडला म्हणजे गावच्या गाव खाक बघ... भस्मसात!"

"म्हणजे आगच लागती व्हय?"

"आग? बेचिराख होतंय, बेचिराख! राख नदरं पडायची नाही, राख!" असं सांगून त्यानं बाँब गोळ्याचं झकास वर्णन केलं. विमानं कशी येतात, बाँब कसे टाकतात ह्याचं हुबेहूब वर्णन करून त्यानं विचारलं, "साधना, माहिती आहे काय साधना?"

"कशाची?"

"कशाची न्हवं, खुळ्या! 'साधना' नावाचं एक साप्ताहिक हाय."

तरी एकानं विचारलं, "म्हंजे ही काय भानगड आणि?"

"कसली भानगड न्हाई खुळ्या! दर आठवड्याल 'साधना' नावाचं एक वर्तमानपत्र निघतं."

"म्हंजे वाचायचं?"

"तर तुला काय वाटलं?" असं विचारून बापूसाब सांगू लागला, "ह्या चालू साधनेत ह्यावर एक लेख आलाय."

"काय म्हणून?"

"ही एकदा लढाई सुरू झाली, म्हणजे पोर्तुगीजांची विमानं पळून जाताजाता पुणं, मुंबई ह्यांच्यावर बांब टाकून जातील. मग काय दशा हुईल आपली?"

काय दशा होईल हे उघड होतं. बाँबचं नाव ऐकून पोटात गोळा उठला.

जाता जाता जर बाँब टाकला, तर देशाला आग लागली असती. त्यांतल्या त्यात दुःखातही सुख एवढंच होतं, की मुंबई-पुणं लांब होतं. म्हणून एकजण म्हणाला, "तिकडं म्हमई, पुन्याकडं बांब पडणार हैत न्हवं? मग आपल्याला काय धोका हाय हो मालक?"

त्याला खुळ्यात काढून मालक म्हणाला, "धोका नसेना तर! पळून जाता जाता बांब टाकणार, मग ते नेमकं मुंबई, पुण्यावरच पडतील कशावरनं? चार हिथं पडायचं, चार तिथं पडायचं, त्याला काही धरबंद आहे? एखादे वेळेस आपल्या गावावर पडेल! जशी गावाची कुंडली असंल, तसं घडणार आता बाबा हे! सावध राहायला पाहिजे. शिस्तीनं वागाय पाहिजे."

एवढं ऐकून सगळ्यांच्याच पोटात भीती पडली. विमान आलं आणि बाँब टाकून गेलं, तर काय करायचं? पुन्हा खात्री करून घ्यावी म्हणून एकानं विचारलं,

"असं छापून आलंय म्हंता मालक?"

"बाबा, साधनेत लेख आलाय साधनेत! हलकासलका पेपर न्हाई त्यो! आणि कुणी साध्या आसामीनं असा इशारा दिला नाही."

"तर मग कुणी लिवलंय?"

एक हात वर करून बापूसाबानं विचारलं, "रावसाब पटवर्धन हे नाव ऐकून हाय काय?" चित्त देऊन ऐकत बसलेली एक म्हातारी तोंडाला पदर लावून म्हणाली, "आबा कुलकर्ण्याचा एक जावई हाय की हो इच्चलकरंजीला. रावसाब, रावसाबच म्हंत्यात त्याला. पटवर्धन हैत बगा."

बापूसाब म्हणाले, "अग, पटवर्धन लई हैत बाई. त्यास्नी घेऊन काय करतीस? हे रावसाब पटवर्धन मोठं फुडारी हैत."

"म्हणजे भाशनं करत्यात, व्हय?"

"हां बग! भाशणं करत्यात, लेख लिवत्यात, मोठं फुडारी हैत ते बाई! त्यांनी असा लेख छापलाय बघ."

"म्हंजे मग काय तरी खरं असंल की हो त्यांचं!"

"खरं? बाई त्यास्नी अंदाज असतो. म्होरंचं कळत असतं. फुडारी म्हटल्याला हाय ते उगाच न्हाई. आपुन वर्तमानकाळात असलो, तर ते भविष्यकाळात असत्यात, त्यांचं खरं नसंना तर?"

एवढं ऐकल्यावर सगळ्यांनाच घाम फुटला. दुसरं तिसरं कुणाला काही सुचेनासं झालं. कशाची भाकरी आणि कशाचं काय? सारं चित्त त्या विमानाकडं लागून राहिलं. त्यात असं छापून आलंय म्हटल्यावर घाबराच पडला. कुठली चार विमानं आली आणि बाँब टाकून गेली तर काय करायचं? गावंच्या गावं भस्मसात होतात तर त्यानं जगूनवाचून तरी काय करायचं? सगळ्यांना असा घोर पडला. आणि स्वत:शी बोलावं तसा बापूसाब म्हणाला,"रागरंग असा दिसाय लागलाय! आज रात्री नाही तर उद्या सकाळी, एवढ्यात लढाई सुरू हुईल! नाहीतर आता झाली सुदिक असंल!"

तो असं म्हणायला आणि एका अंगानं आभाळ दणाणायला गाठ पडली! ढग गर्जत यावेत तशी चार-पाच विमानं गर्जत येत होती. धाड् धाड् धाड् आवाज ऐकू येऊ लागला. गिधाडं यावीत तशी विमानं येत होती. विमानांचा आवाज कानांवर आला आणि पळता भुई थोडी झाली! हातांतली भाकरी टाकून गडी धूम पळाले, 'अगा आई ग, अग बया ग' असं करत बायका तर पळतच सुटल्या. सगळेच उसाच्या फडात शिरले. बापूसाबही पळत सुटला. ह्या गोमगाल्यात संधी साधून राधीच्या हाताला धरून तो एका चिऱ्यात घुसला.

डंग ऊस लागला होता. तुऱ्याला आलेल्या उसात कोण कुठं दडलाय दिसत नव्हतं. आणि राधीला उरासंगं कवळत बापूसाब तिच्या कानात बोलायचं, ते तिच्या तोंडात बोलला, "बाई, आता निवांत घटकाभर बसू बघ. लई इचार करून गोवा काढला!... कसा काढला?"

●

आमच्या गावचा हिटलर

आजही दादा पाटलाच्या आठवणी निघाल्या, म्हणजे लोक तासन्तास बोलत राहतात. त्यांच्या अनेक आठवणी सांगतात. माझ्या लहानपणी मी त्यांना पाहिल्याचंही आठवतं. गडी अगदी दैत्यासारखा धिप्पाड होता. त्याला बघितलं म्हणजे भीतीच वाटायची! कासांडीएवढं तोंड, दरदरीत नाक, न वटारता वटारल्यासारखे दिसणारे डोळे आणि अक्कडबाज मिशा असा त्यांचा एकूण चेहरा होता. बोजाही दांडगा. चालायला लागला म्हणजे पायाखालची जमीन हादरायची! आवाजही करडा. त्यांनी सहज 'का रं?' असं म्हटलं म्हणजे माणूस घाबरायचं. असा हा दैत्य कुणावर खवळला म्हणजे तर काय विचारूच नका.. धोतार ओलं व्हायची पाळी यायची!

अशा ह्या दादा पाटलाकडे गावकी आली. दर पाच वर्षाला आळीपाळीनं पाटीलकी बदलत असे. हे दादा कारभार बघू लागले आणि हिटलरशाहीच सुरू झाली. त्यांनी पहिलं फर्मान काढलं— कोर्टाची पायरी कुणी चढायची नाही. जे असंल ते गावात मिटवायचं. दादा देतील तो न्याय! त्यांचा शब्द अखेरचा. त्यावर अपील नाही आणि फिपील नाही. दादांचा कायदाच तसा होता. न जुमानणारा कोणी भेटलाच तर त्याला गावात राहणं मुष्कील व्हायचं. सळो की पळो करून सोडायचे. त्यांचा फौजफाटाही दांडगा होता. तालमीतली सगळी पोरं त्यांचीच. त्यांच्या जिवावर चरायची आणि ते सांगतील त्याचा काटा काढायची. असा गावावर दरारा होता. ते पाटीलकीवर यायच्या आधी गावातली एक केस कोर्टात गेली होती. जमिनीबद्दल वाद होता. चारपाच वर्षं कज्जेखोकले खेळून अखेर हायकोर्टात निकाल लागला. केसचा निकाल बाळिशा कागल्याच्या बाजूनं झाला. दहा एकर बागायत जमीन बाळिशाला मिळाली. मिळाली म्हणजे कागदोपत्री. प्रत्यक्ष ताबा अजून घ्यायचा होता. ज्याची जमीन जाणार होती तो तुकाराम

सांगवे दादाकडे गेला आणि गपकन् त्यांचे पाय धरून म्हणाला, "दादा, आता तुमीच वाली व्हा. हाय ही जमीन गेल्यावर आमी काय खावं?" दादांनी विचारलं, "जमीन का जाती? तिला पाय फुटलं काय?"

"हायकोर्टानं निकालच तसा दिला न्हवं?"

"अरं, हायकोर्ट मुंबईत बसून वाटेल तो निकाल दील! मी सांगतो, ताबा सोडू नको... मी निकाल दिलाय, काय?"

"ते काय न्हाई..."

"मग का काळजी करतोस?"

"ते ताबा घ्याला आल्यावर काय करू?"

"ताबा सोडत न्हाई म्हणायचं. मी बघतो... जा तू." तुकाराम सांगवे बिनघोरी गेला. त्याला आता काही काळजीच नव्हती. बाळीशाला ही वार्ता कळली. तोही सटपटला. सरकारी निकाल जरी त्याच्या बाजूनं झाला असला; तरी त्याला गावात नांदायचं होतं. चार दिवस विचार केला आणि एक दिवस उठून तोही पाटलांच्याकडं आला. गपकन् त्यांचे पाय धरून म्हणाला, "दादा, पाठीवर मारा... माझ्या पोटावर मारू नका! लई पैसा माझा गेलाय. पाच सालं कोर्टकचेरी करून मी कज्जा जितलाय... मला गरिबाला का मारता?"

तोड काढत पाटील म्हणाले, "असं करतोस?"

"कसं?"

"निम्मी जमीन तू घे आणि निम्मी तो खाऊ दे. सगळी तू बळकावल्यावर त्याची बायकापोरं काय खानार?"

"पर दादा, भारोभार पैसा वतून निकाल लावून घेतलाय आणि असं कसं बरं?"

पाटील गरजले, "तुझा निकाल घाल खड्ड्यात! आमी ताबा सोडत न्हाई... जा कुठं बोंबलत जायचं ते जा."

बाळिशानं पुन्हा पाय धरले. तो लटपटत म्हणाला,"मी तुमच्या शब्दाभाईर न्हाई."

"डोस्क्यातलं हायकार्ट काढलंस का?"

"व्हय, तुमी द्याल तो न्याय!"

"जा, तुला आर्धी जमीन दिली... निम्मी तू खा; निम्मी तो खाईल...."

असा हायकोर्टाच्याही वरचा निकाल पाटलांनी दिला आणि दोन्ही पार्टीनं तो मुकाट्यानं मान्य केला. जमिनीची मोजणी नाही, फिजणी नाही, काही नाही. पावलं टाकीत पाटील गेले आणि मध्येच एके ठिकाणी थांबून म्हणाले, "हितं बांध घाल..."

सांगव्याचा तुकाराम म्हणाला, "दादा चार पावलं तिकडं गेली."

त्याचं बोलणं दादांना रुचलं नाही. डोळे वटारून त्याच्याकडं बगत ते

बोलले, ''मी दिलं हे कमी वाटलं व्हय? थांब, आणि चार पावलं त्याला चड देतो!'' असं म्हणून आणखी चार पावलं ते त्या बाजूला गेले आणि म्हणाले, ''हितं बांध घाल.''

मुकाट्यानं ते म्हणाले तिथं दगड रोवला! त्यांनी दाखवलेल्या जागेवरच बांध घातला. त्यांच्या कारकीर्दीची सुरुवातच ही अशी झाली आणि मग ते म्हणतील ती पूर्वदिशा असा काळ आला!

गावात दर सोमवारी बाजार भरत असे. बाजाराच्या दिवशी चार कंड पोरं बरोबर घेऊन दादा बाजारातनं एक फेरफटका मारायचे. बाजार फुल्ल भरला, की दादांची स्वारी आलीच. त्यांना काही घ्यायचं नसे; पण पेठेत फिरून सगळ्या गोष्टींचे भाव विचारायचे. अगदी कुंभाराच्या गाडग्यालोटक्यापर्यंत. भाव चढ वाटले, की त्याचा निकाल लागलाच. त्याला बाजारात बसू द्यायचे नाहीत. चांगले चारपाच बाजार त्याचे बंद करायचे. त्यातूनही डोळा चुकवून आलाच तर त्याचा माल विस्कटायचा. त्याच्याबरोबर असणारे तालमीतले गडी विध्वंस करायचे. नंगानाच करून धिंगाणा घालायचे. कुणाकडं दाद मागणार? हायकोर्टापर्यंत जाऊन जिथं उपयोग नाही, तिथं जाणार कुठं?... दादा दिसले रे दिसले, की बाजाराचे सगळे भाव खाली यायचे!

एकदा एक तालमीतला गडी त्यांना म्हणाला, ''दादा, आपला शंकर मुंगले लई फायदा मारतोय हो!''

''असं?''

''तर हो! सगळ्यापरास ह्याच्या दुकानातलं भाव चड बघा.''

खरी गोष्ट अशी होती की मुंगले माल चांगला आणायचा. त्याची प्रत चांगली असायची आणि त्या मानानं त्याच्या दुकानातले भाव थोडे अधिक असायचे. बदाम, खारीक, खोबरं हा सगळा माल उत्तम असायचा. दादा फार खोलात गेले नाहीत. त्याचं दुकान बसवायचं एवढं त्यांनी मनात घेतलं आणि त्यावर त्यांनी काय केलं? रोज तालमीतली चार पोरं बरोबर घेऊन ते त्या दुकानात जाऊन बसायचे. मुंगल्याचं दुकान हा त्यांनी बसायचा अड्डाच केला. पोरांना आतल्या अंगानं सगळ्या सूचना बरोबर दिल्या होत्या. गेलं दुकानात, की भसाभसा हात घालून कोण खारका घ्यायचा, कोण खोबरं खायचा. दादा आणि वर विचारायचा, ''खारीक चांगली हाय कारं? खोबरं खवाट न्हाई न्हवं?''

एखादं खवट पोरगं बोलायचं, ''हे जरा खवाट हाय हो''

''दुसरा गोटा घेऊन बघ की.''

बरं, कुणाला बोलायची सोय नव्हती. सगळी दादांनी पोसलेली पोरं... हट् म्हणता फट् व्हायचं! मुंगले बिचारा पेचात पडला. खारीक, खोबरं, बदाम

असले सगळे खाण्याचे जिन्नस न दिसतील असे आतल्या बाजूला ठेवू लागला; पण दादा कसले वस्ताद! दुकानात जाऊन बसल्यावर ते पोरांना म्हणायचे, "अरं, तोंड बंद करून का बसलाय? जरा दाढा हलवायचं बघा की!"

"काय साधन दिसत न्हाई हो. खारीक, खोबरं काय न्हाई की."

दादा म्हणायचे, "अरं कुठं गावात रोज बाया बाळत व्हायला लागल्यात सगळा माल संपायला? आत जाऊन बघा कीरं... तुमाला लेकावो, तसदी नको. सगळं भाईर तुमच्यापुढं मांडून ठेवाय पायजे व्हय?"

मग ही पोरं आत जायची. आत माल असायचा. बेलाशक मुठी मुठी घेऊन बाहेर यायची. पाटलांचा आधार असल्यावर मग काय! वर पाटील आणि हसून बोलायचे, "लेकावो, एवढं हितं चरता, निदान त्यांचं नाव काढा. मैदानात खेळताना 'शंकर मुंगल्यांचा पट्टा' असं जरा आरडत चला! काय शंकरअण्णा?"

तो बिचारा काय बोलणार? कसली ददात नसलेला शंकर मुंगले एक दोन महिन्यांत खाली आला. कंबरडं मोडावं, तसं पाटलांनी त्याचं दुकानच खाली बसवलं. धाक नाही, दपटशा नाही, नुसतं खाऊन त्याला जेर केला! मनात म्हणाले, 'कसा फायदा खातोस खा!'

कुठला फायदा? एक दिवस आपलं दुकान मोडून त्यानं पळ काढला. लांब, कोणत्यातरी एका गावाला जाऊन त्यानं तिथं दुकान उघडलं. गावात राहिलेली बाकी वसूल करायलासुद्धा तो इकडं फिरकला नाही! कसली बैदा नको म्हणाला.

अशा या पाटलांचं गावात एके ठिकाणी सूत जमलं. दादा नुसतेच आडदांड नव्हते, जरा रंगेलही होते. हाताचा एक अंगठा सोडला, तर बाकी सगळ्या बोटांत आंगठ्या होत्या. गावातला दरारा वाढला, तसा जरा त्यांनी ताळही सोडला. गावात एक बाई होती. तिचं नावच लोकांनी 'गोरीबाई' असं पाडलं होतं. गणेशचतुर्थीतल्या गणपतीसारखा तिचा रंग होता. बाई गोरीपान होती. मनगंड दूधदुभतं खाऊन अंगानं टम झाली होती. पाठीला खोल पन्हाळी पडली होती. एकेक पुठ्ठा असा! चापूनचोपून नऊवारी साडी नेसली; म्हणजे बघणाऱ्यांचे डोळे खुडून घेऊन जायची. मळीचा फुट तटतटावा तसं अंग; पण तिचा नवरा म्हणजे एक चिपाड होतं. उगंच काटकीगत दिसायचं. त्याच्या मनानं हाय खाल्ली, का काय झालं कुणास ठाऊक! एक दिवस त्याला वेडच लागलं. काहीच्याबाही बोलू लागलं! रानतलं काम सोडलं, धड जेवेना, खाईना झाला. बसला म्हणजे एकाच ठिकाणी बसू लागला. रात्र रात्र कुठंही पडून राहायचा. पाटलांना फावलं. पहिली संधी त्यांनी घेतली. तालमीतली पोरं त्याला बाहेर रमवायची आणि पाटील त्या बाईला घेऊन आत बसायचे. मग तर त्याला चिंध्या फाडायची वेळ आली आणि दादांचं राजरोस जाणंयेणं सुरू झालं. रात्र रात्र

त्यांचा मुक्काम गोऱ्याबाईकडं पडू लागला. तीही त्यांच्यावर भाळली. कुरड्या तळ, पापड तळ, काय करून घालू आणि काय नको असं तिला होऊन गेलं. हळूहळू गावात गवगवा सुरू झाला. लोक कुचूकुचू बोलू लागले. या वार्ता दादांच्या कानापर्यंत गेल्या. आतल्या अंगानं त्यांनी चवकशी केली. चार नावं कळली. हे लोक रान उठवतात एवढं कळल्यावर एक दिवस दादांनी मजाच केली. त्या बाईकडं बसले असताना ह्या सगळ्यांना बोलावणं धाडलं. खुद्द गोऱ्याबाईच्या घरीच. एकेक माणूस आला. येईल त्याला बसा म्हणाले. बसगोंड पाटील, मन्या झेले, रामू खांडके आणि थोटे मास्तर असे हे सगळे आवतणं देऊन बोलावले होते. ह्या लोकांनी गवगवा केला होता. हे सगळे आल्यावर दादा म्हणाले, "हां, आता कोण याचा ऱ्हायला ऱ्हाई ऱ्हवं? बरं झालं सगळे गावलाय!..."

माणसं घाबरून घट्ट झाली. थोटे मास्तर तर लटलटाय लागले, एकेकजण आवंढा गिळू लागला आणि पाटलांनी बाईला बाहेर बोलावलं. ते म्हणाले, "आता ए जरा भाईर."

बाई बाहेर आली. दातांत पदर धरून हसू दाबत उभी राहिली. तिच्याकडं बोट करून पाटलांनी सगळ्यांना विचारलं, "हिला वळीकता?"

काय बोलावं ही पंचाईत पडली. दादांनी आवाज चढवला, "बोला की! वळीखता काय ऱ्हाई?"

कशाबशा होकारार्थी माना हालल्या, 'होय' म्हणायलासुद्धा तोंडातनं शब्द फुटेना झाला! फेफे उडाली. मग पाटील म्हणाले, "नाव काय हिचं?"

आता काय सांगणार? गाळण उडाली. पाटलांनी पुन्हा आवाज चढवला, तसे दोघेतिघे बोलले, "गोरीबाई, गोरी...."

"ते तुम्ही लोकांनी पाडल्यालं! ते नको... तिचं नाव सांगा..."

कुठं कुणाला माहीत होतं? 'गोरीबाई' एवढंच ठाऊक होतं. कुणाला सांगता येईना झालं, तसे दादा गरजले, "भडव्यांनो, ज्या बाईचं नाव ठाऊक ऱ्हाई तिच्याबद्दल कंड्या पिकीवता?"

हात जोडून, एकेकजण काकुळतीला आल्यागत करून सांगू लागला, "ऱ्हाई दादा, ऱ्हाई... मी त्यांतला ऱ्हाई.... मला त्यात ववू नका."

दुसरा बोलला,"कुणीतरी तुमचं कान फुकल्यात. मी बोल्लो अशीन, तर जीभ झडंल माझी!"

मात्र थोटे मास्तर एकदम उठले आणि गपकन पाय धरून म्हणाले, "मी चुकलोय... खाऊ नये ते शेण खाल्लंय... आता कानाला खडा लावतो, माफी करा."

लगेच बाकीचे लोक सावध झाले. 'मी त्यांतला नाही' म्हणणाराही उठून पाय धरू लागला. एकजण तर बोलला, "माझी जीभच हराम... चांडी त्याच्या

आयला! नको नको म्हटलं तरी बोलून घाण करती... दादा, मी तुमचा मूत प्यालोय हो!... आता तारा न्हाईतर मारा...'' असं म्हणून त्यानं भुईला आपलं डोकंच टेकलं. सगळेच असे शरण आले. घाबरगुंडीच उडाली. आता पाटील काय करतात आणि काय नाही, हाच एक घोर लागला होता; पण पाटलांनी वेगळीच गंमत केली. दादा एकदा हसले आणि म्हणाले,''भडव्यानू, आता मी नाव सांगू का?''

आता काय बोलायचं! सगळे टकामका बघत राहिले. दादा पुन्हा हसून म्हणाले, ''तुमाला ठावं न्हाई न्हवं? सांगतो,— नीट ऐका. हिचं पाळण्यातलं नाव 'चंपा'... काय? सांगा मास्तर...''

मास्तर बोलले, ''चंपाक्का!''

''शाबास! जरा 'अक्का' एक जादा लावली तुमी; पर चालंल... तुमी फास...'' असं गमतीनं म्हणून ते बोलले, ''आणि सासरचं नाव सुगंधा... काय बसगोंडा?'' त्याबरोबर बसगोंड पाटील बोलला, ''सुगंधाताई.''

''तुमी 'ताई' काढली का? बरं, चालंल...'' असं म्हणून ते तिला म्हणाले,''सुगंधा, ए हिकडं... लाजायचं कारण न्हाई.. ए, ए, ए....''

ती जवळ जाऊन उभी राहिली. मान फिरवून हसू लागली. दादांनी तिचा एक हात धरला. गोरा लुसलुशीत हात आपल्या हातात घेऊन तिला खाली ओढत म्हणाले, ''लाजायचं काय?''

''बॅंडरी ऽऽ बॅंडरीऽऽ''

''काय बॅंडरी?'' असं म्हणून दादाच सगळ्यांना माहिती करून दिल्यागत म्हणाले, ''लांब हाय तवर म्हराटी आणि जवळ घेतलं म्हंजे कारंडी बोलती बघा! मग रंगातच येती! असं का बरं म्हणावं ते? न्हय मास्तर, एवढी पोरास्नी साळा शिकीवता, ह्याचं उत्तर द्या की!''

वर्गातल्या अगदी 'ढ' पोरासारखी त्या मास्तरांची तऱ्हा झाली! त्यांना काही उत्तरच देता येईना झालं. ते गडबडले आणि दादा त्यांना हिणवत म्हणाले, ''अहो मास्तर, तुमाला आरबी समुद्र कुटं हाय म्हणून इचारलं, तर पटकन सांगशीला आणि हे ठाऊक न्हाई? आणि मग कशा कंड्या पिकविता हो? नाव-गाव म्हाईत न्हाई, आणि आमचं काय काय चाल्लेलं असतं, हितं आमी घरात काय काय बोलतो, हे कसं ठाऊक असतं? अहो, आमचीबी साळा चालू हाय हितं. 'यानरी, ब्याडरी, नोडरी, तगोरी, गप खुंडरी' असं जरा जरा शिकवाय लागलीया'' असं म्हणून ते सुगंधाला म्हणाले, ''एनरी? खरेंद्र?''

ती अधिकच लाजली आणि दादांनी काय करावं? एकदम तिला ओढून आपल्या मांडीवर बसवून घेतलं. हात सोडवून घेऊन ती उठू लागली, त्याबरोबर दोन्ही हातांनी

कबुतर धरावं, तसं तिला दाबून धरत ते म्हणाले, "अग, ह्या भडव्यास्नी काय लाजतेस? नीट बस. हां, रोज बसतीस तशी बस. बघू द्या त्यास्नी... म्हंजे भाईर बोलायला बरं... बारीकबारीक वर्णन करून सांगतील... काय मास्तर?"

कुणा एकाची मान वर नव्हती. काय बोलतात मास्तर तर? पाटीलच बोलले, "थो ऽऽ तुमच्याऽऽ, माना खालीच घालून बसलाय व्हय? बघा की कसं मांडीवर घेतलंय? आत्ता तुमच्या आणि काय म्हणू मी? अरं, चोरून चाल्लंय व्हय आमचं? तवा कुचूकुचू बोलता भाईर? मी चोरून दूध पितो असं वाटलं व्हय? न्हाई बाबा, चांगलं शिक्यावरचं गाडगं असं हातांनी काढून घेतो मी! चोरून मांजरागत काय न्हाई!"...

आपल्या जिवाचं समाधान होईतोवर पाटलांनी त्यांना झाडलं, चांगली तासंपट्टी केली आणि अखेरीला सगळ्यांना एक प्रश्न विचारला, "मला सांगा, आमी असा हात धरला, मांडीवर बसवून घेतलं; तर ह्याचा तुम्हांला काय तरास हुतोय काय? व्हय मास्तर, आम्ही गाल चावला, तर तुमचं काय दुकतंय का? न्हाई न्हवं? मग जावा, उठा आता... कात्रा रस्ता..."

हेटावल्यासारखे होऊन सगळे रामराम घालत बाहेर पडले. गावातला गवगवा एकदम थांबला. निराळा गवगवा सुरू झाला– कशी एकेकाची पाटलानं हबेलंडी उडवली, याच्या सुरस आणि चमत्कारिक कथा लोकांत पसरल्या. कुणी असंही म्हणालं,"गोऱ्या बाईकडनं चपलीचा मार खाल्ला! हान म्हणाले पाटील आणि हाणलं बघा एकेकाला तिनं! तेबी टाळक्यात न्हाई हं... बोलणाऱ्याच्या तोंडावर उडविल्या म्हणं...!"

या मात्र कंड्या अनेकांनी अनेक पिकवल्या!

ह्या बाबाची पाच वर्षं केव्हा होतात आणि पाटीलकीची दुसऱ्याची पाळी केव्हा येते, याची काही लोक वाट बघत बसले होते. झालं निराळंच! ज्यांची पाळी येणार होती त्यांनी स्वखुशीनं आपला हक्क सोडला. दादा कायमचे गावकामगार झाले. आता गावचे राजेच!

पाटील एक दिवस पारावर बसले असताना थोटे मास्तरांना हटकून म्हणाले,"मास्तर, या या..."

मास्तर घाबरत जवळ गेले. पाचदहा लोक तिथं बसले होते. त्या सगळ्या लोकांदेखत पाटील त्यांना म्हणाले,"मास्तर, तुमाला एक प्रश्न इचारावा इचारावा असं लई दिस डोस्क्यात घोळत हुतं... बरं आता दिसला." असं म्हणून त्यांनी विचारलं, "मला सांगा – बाई पाटलांच्या मांडीवर बसली. वाक्य ध्यानात घ्या – गोरीबाई पाटलांच्या मांडीवर बसली – हे वाक्य हं... हे व्याकरणात चालवून दाखवा."

काय व्याकरण चालवणार? मास्तरांना जरा विसरल्यासारखं झालं होतं;

पण पाटलांनी पुन्हा अशी खपली काढली. चुटक्या वाजवत ते म्हणाले, ''बोला, बोला लवकर... ह्या वाक्यात कर्ता कोण हे तर सांगा... बोला कर्ता कोण?''

''बाई...''

''बाई कर्ता? कसं म्हणता?''

''कोण बसलं? असा प्रश्न विचारला असता 'बाई' हे उत्तर येतं– म्हणून बाई हा कर्ता.''

''काय विचारलं असता म्हंता?''

मास्तर म्हणाले, ''कोण बसलं? असा प्रश्न विचारला असता 'बाई' असं उत्तर येतं...''

पाटील हसून म्हणाले, ''बघा ह्यांचा शानपणा! हे म्हणं मास्तर! बाई कर्ता आणि आमी कोण? कर्म? बोला की...''

''त्यात आपण येत नाही...''

''अस्सं, हेच पायजे हुतं मला! बरं हे सांगा – 'मांडीवर' हे काय हाय व्याकरणात?''

मास्तर लडबडत बोलले – ''या वाक्यात 'मांडीवर' हे क्रियाविशेषण आहे...''

''ते कसं काय?''

''कुठं? हा प्रश्न विचारला असता 'मांडीवर' असं त्याचं उत्तर येतं. क्रियापदाबद्दल 'मांडीवर' या शब्दाने विशेष माहिती कळते म्हणून ते क्रियाविशेषण.''

'शाबास ! मास्तर मग 'गोरी' हे व्याकरणात काय?''

''बाईचं विशेषण.''

''ते कसं काय?''

''गोरी या शब्दाचा बाईशी संबंध येतो... '' पुढं बोलू न देता पाटील म्हणाले, ''गोरीचा संबंध बाईशी येतो; पण आमचा न्हाई न्हवं?''

''नाही.''

''सुटा, तुमी नापास... काय कळतंय व्याकरण तुमाला!... गोरी या शब्दाचा बाईशी संबंध? जगातली माणसं काय मेली काय? जावा, पळा...''

मास्तरांना तुरुंगातनं सुटावं तसा आनंद झाला. त्यांच्या तावडीतनं केव्हा सुटतो याचीच ते वाट बघत होते. 'पळा' म्हटल्याबरोबर निघाले. नाना वशिले लावून त्यांनी आधी आपली बदलीच करून घेतली. पाटलाचा आपल्यावर डोळा आहे, हे ओळखलं आणि हे गाव सोडून ते लांब गेले. 'पुन्हा या गावाचं दर्शन नको म्हणाले!'

पुढे पुढे तर पाटलांनी सगळाच ताळ सोडला. जी नव्हती, ती दारूही सुरू झाली. पैसाही दाबून खाऊ लागले. गाव भरडायचं सुरू केलं... पण मांजराच्या गळ्यात घंटा बांधायची कुणी? काहींनी निनावी अर्ज सरकारकडे केले.

बातम्या पुरवल्या.

तेव्हा कोल्हापूर हा जिल्हा नव्हता; इलाखा होता. त्या वेळी राजाराम महाराज गादीवर होते ते आपल्या दिवाणबहाद्दूरांना म्हणाले, ''बघा ह्या पाटलाचं काय?''

दादा पाटलाचं नाव सरकारच्या ब्लॅक लिस्टात गेलं. अशा लोकांचा काटा काढण्यासाठी सरकार रेसमध्ये बाद झालेली आपली घोडी त्यांना बक्षीस म्हणून पाळायला द्यायचे. हेतू हा, की त्यांना भुर्दंड बसावा. दादांचा काटा निघावा म्हणून महाराजांनी एकदम चार घोडी त्यांना दिली! त्यांना चंदी घालून पाटील आत यावा अशी सरकारची इच्छा होती. घडलं निराळंच!

ज्यांनी निनावी अर्ज केले होते. त्यांचा त्यांनी तलास लावला. गावाला नदी होती. प्रत्येकाला थोडं का होईना कुरणाचं रान होतं. पाटलांनी मिळालेली घोडी आपल्या पागेत बांधली नाहीत. लोकांच्या कुरणात सोडून दिली! वर आणि बजावलं, ''सरकारी घोडी हैत.. कुठं जातीलबितील ध्यान ठेवा!''

गावच्या कुरणात घोडी दिवसभर चरायची. ती चांगली तगडी झाली. पाहिजे तेव्हा पाटील पुन्हा बगीला जोडून कुठंही जायला मोकळे! लोकांचा डाव त्यांच्यावरच उलटला. उलट पाटील काहींना सांगत सुटले–

''आता आणि काय जर निनावी अर्ज केला, तर मला हत्तीच बक्षीस मिळणार हाय असं कळतंय...''

हत्ती बक्षीस मिळणार आहे अशी वार्ता गावात पसरली आणि निनावी अर्ज सगळे थांबले! अर्जाचं नाव काढेना कुणी. अहो, घोड्यांना निदान हा हू तर करता येतंय; उद्या हत्ती कुरणात सोडला तर करायचं काय? आणि हा बाबा सोडल्याशिवाय राहणार नाही! पाटलांच्या या हत्तीनं कैक दिवस गावाची झोप उडवून दिली– असे होते आमचे दादा पाटील! त्यांची आठवण निघाली, की लोक त्यांना 'हिटलर'च म्हणतात. अशाच त्यांच्या आठवणी एकदा परवा निघाल्या आणि एकजण म्हणाला ''बरं झालं, ते जुन्या काळात होऊन गेले म्हणून... आत्ताच्या राजवटीत भाद्दर असता तर काय काय केलं असतं कुणाला दक्कल!''

दुसरा एकजण म्हणाला, ''मग त्यानं नुसती पाटीलकी केली नसती आणि त्यांना कुणी हितं असं गावात कुजवत ठेवलंबी नसतं... चला म्हणाले असते, वर! हितं कुठं कुजत पडता, खेडेगावात? कोणचं खातं सांभाळता बोला? का अध्यक्ष होता आमच्या पक्षाचं!''

त्या दिवशी हसून हसून सगळ्यांच्याच डोळ्यांत पाणी आलं... असे दादा... आणि त्यांच्या या अशा कथा!

●

गावातल्या पार्ट्या

गावाकडचं कुणी भेटायला आलं म्हणजे बरं वाटतं. तिकडच्या घडामोडी कळतात. कुशल समजतं. बोलता बोलता एखाद्या गोष्टीचा जर्मही मिळतो आणि म्हणून कुणी गाववाला आला म्हणजे मला मनापासून आनंद वाटतो. मी आग्रहानं त्याला वस्तीला ठेवून घेतो आणि ऐसपैस गप्पा मारतो. ज्या मातीत खेळलो, वाढलो, तिच्याशी नातं जोडल्यासारखं वाटतं. कैक आठवणींना उजाळाही मिळतो आणि नव्या हकीगतींची त्यात भरही पडते. लांब इथं असूनही तिथं गेल्यासारखं वाटतं. न भेटताही अनेक माणसांना भेटल्याचा आनंद मिळतो. मनाला तेवढंच बरं वाटतं.

असाच परवा अण्णू खानगोंड आला. त्याला पाहताच म्हटलं,"या ऽऽ अण्णापराव! फार दिवसांनी येणं झालं?"

तो आपला बाडबिस्तारा ठेवून म्हणाला, "मुंबईला निघालोय; म्हटलं पुण्याला वस्ती करून फुडं जावं. एक रात तेवडीच आपली हितं— जरा गप्पागोष्टी—" आणि त्या रात्री आमची झक्क मैफल जमली!

जेवणखाण उरकून पान लावत आम्ही दोघंच बसलो. जरा इकडचं तिकडचं बोलणं झालं आणि मग मी हळून पिल्लू सोडून दिलं, "काय म्हणतात आता गावातल्या पार्ट्या? काय नवं-जुनं?"

माझ्या या प्रश्नाबरोबर अण्णापरावांची कळी खुलली. तोंडातला सगळा मुखरस गट्टकन गिळून त्यानं तोंड मोकळं केलं आणि तो म्हणाला,"अहो, सगळं नवंच! ह्या दोन सालांत लई घडामोडी झाल्या."

माझ्यातला लेखक कान टवकारून म्हणाला, "असं? काय घडलं तरी काय काय?"

"शाळेची एक दांडगी भानगड झाली बगा!"

"काय झालं?"

"अहो, एक न्हाई, लई भानगडी झाल्या! एक इत्यास लिवाय पायजे बगा त्यावर—" असं म्हणून तो आधी पोटभर हसला आणि मग मला म्हणाला, "आपल्या गावच्या पार्ट्या तर तुमाला म्हायती हैतच?"

त्या मला चांगल्या माहीत होत्या. गावात प्रमुख अशा दोन पार्ट्या होत्या. एक पाटलांची आणि एक मोहित्यांची. पिढ्यान् पिढ्या ही दुफळी नांदत आली होती. माझ्या लहानपणापासून मी हे सगळं पाहातच आलो होतो. कोल्हापूरच्या प्रजा-परिषदेपासूनच ही फाटाफूट झाली होती. मोहिते प्रजापरिषदेत, तर पाटील हुजूर पक्षाचे. पुढे स्वातंत्र्य मिळालं. पाटलांची पार्टी पांढरी टोपी घालून काँग्रेसमध्ये घुसली; तर मोहित्यांची पार्टी तांबडी टोपी घालून समाजवादी बनली. गाव पहिल्या-पासून असं राजकारणी होतं. गावाच्या एका अंगावरनं रेल्वे पळत होती आणि दुसऱ्या अंगावरून सर्व्हिसगाडी धावत होती. शहराशी दळणवळण होतं. एकाला चार पेपर गावात येत होते. लांब कुठं वादळ झालं, की लगेच ते वारं आमच्या गावात यायचं. रानात चाललेला गडीसुद्धा जरा स्टँडवरच्या हॉटेलात बसून पेपर वाचता वाचता वाद घालायचा— 'न्हेरू काय सांगत्यात? डाक्टर काय म्हणत्यात बघा!' अशा या गावात पाटलांनी विकास सोसायटी सुरू केली. त्याबरोबर मोहित्यांनी लिफ्टइरिगेशनला हात घातला! लगेच पाटलांनी कुक्कुटपालन काढलं. त्यावर मोहित्यांनी चर्मकारी सहकारी सोसायटी उभी केली. लगेच पाटलांनी कुंभारांचा मेळावा भरवला. याचा परिणाम असा झाला—गावातले चांभार कोल्हापुरी चपला तयार करून रशियाला माल धाडायच्या नादाला लागले आणि गावातल्या धनगराला पायताण मिळेना झालं! कुंभारांचा तर कारागीर झाला. काँग्रेसचा झेंडा हातात घेतलेली हिंदमाता आणि देशभक्त यांच्या मूर्ती तयार होऊन लागल्या आणि संक्रातीला गावात लोटकी मिळेना झाली. गावातल्या या पार्ट्यांची मला चांगली कल्पना होती म्हणून मान हलवीत मी म्हणालो, "अण्णापराव, अहो माहिती नाही कशी? ती जगाला माहीत झालीय आणि मला नसेल कशी? 'जय पाटील, जय मोहिते' हे सगळं मला माहीतच आहे की!"

"हां, तर बगा," असं म्हणून तो बोलला, "दोन सालामागं पाटलांनी शाळा काढायची ठरवली."

"म्हणजे हायस्कूल?"

"व्हय, म्हात्मा गांधी हायस्कूल!"

"आणि मग!"

"मग?" असं म्हणून तो जरा थांबला. आपला एक डोळा बारीक करून म्हणाला, "ह्याचा लागला बगा सुगावा—"

मीच म्हटलं, "मोहित्यांना?"

"व्हय! लगेच म्होयते पार्टी सावध झाली. त्यो म्होयते कसला पाताळयंत्री! त्यांनी गुप्त मीटिंग घेतली. एकाला चार रोज खलबतं केली. पाटील पार्टीला काय ठावंच न्हाई बरं का हे! ते आपलं लागल्यात शाळा काडायची म्हणून पैसा गोळा करायला आणि म्होयत्यांनी काय करावं?"

मी म्हटलं, "काय केलं?"

"काय केलं?" असं मलाच आणखी विचारून खानगोंड हसून बोलला, "अहो, पैसा हे गोळा करत्यात आणि कवा पत्त्या न्हाईते म्होयत्यांनी अर्जीफिर्ज करून शाळाखात्याची मंजुरीबी घेऊन ठेवली! सा-ने-गु-रु-जी विद्यालय ह्या नावानं."

"आणि मग?"

"मग काय? काडा म्हणाले, आता कसं म्हात्मा गांदी हायस्कूल काढता ते! अहो, त्यात तिडा होता–"

मी विचारलं, "कसला तिडा?"

"तिडा बघा असा—" असं म्हणून खानगोंडानं आपला एक हात पुढं करून सुरुवात केली, "अहो, एका गावात एक शाळा सुराला लागल्याशिवाय दुसऱ्या शाळेला परवानगी मिळत नसती."

मी म्हटलं, "मोहित्यांनी बरोबर चाल केली."

"तर हो, त्यो काय साधा माणूस हाय का? खालपासून वरपतूर पवल्यला गडी! सगळं धागंदोरं बरोबर जमवून पंधरा दिवसांत परवानगी घेऊन मोकळा झाला आणि वर निरोप धाडला—म्हणाला—शाळेसाठी तुमी जमीवलेल्या देनग्या हिकडं द्या!"

हातावर टाळी देत मी म्हणालो,"भले शाबास! ह्याला म्हणायचे डोकं? मग पाटलांनी काय केलं?"

"अहो, त्यो तर काय कमी वस्ताद काय? इलेक्शनच्या टायमाला अनेक फुडारी ह्या भागात दौऱ्यावर आलेलं, सगळं मंत्रीफिंत्री घरात जेऊन गेल्यालं, त्यांचा आधार होता. त्या जोरावर ते म्हणाले– कशी परवानगी मिळत न्हाई बघू! मंत्र्याच्या हाताला धरून सई करायला लावू. कुठं करू सांगा म्हणतील! एवडं आमचं सगळं दादा, बापू तिथं काय फुकट बसल्यात काय?"

मान हालवत मी म्हणालो, "भले शाबास! मग पाटलांना मिळाली का परवानगी?"

खोखो हसून खानगोंड म्हणाला, "न्हाई की हो!"

मी म्हटलं, "कुठं सही करू सांगा असे म्हणणारे मंत्री असताना परवानगी कशी नाही मिळाली?"

"त्याचं काय झालं," असं म्हणून तो सांगू लागला, "वरचं धागंदोरं बळकट म्हणून जरा पाटीलपार्टी गाहाळच -हायली हो! परवानगी, परवानगी काय, कवाबी मध्यानराती मिळवू, अशा तोऱ्यात ते गेले आणि ऐन टायमाला खात्यानं अर्ज फेटाळला की हो त्यांचा! मग पाटलांनी पळापळ करून मंत्र्याला गाठलं. मंत्री म्हनालं– करतो फोन, जावा तुमी. अहो कुठला फोन आणि कुटलं काय! मग पाटलांनी पुन्हा तगादा लावायला मुंबई गाठली. समोर बसून फोन लावायला लावला. फोन केला; पर अधिकारी कसला हुशार! त्यो म्हणाला– प्रकरण बगून सांगतो साएब-आणि मग कागदी घोडी नाचू लागलं की! त्यात जून उजाडला. ह्यांची कागदी घोडी खाल-वर पळत्यात आपली! तवर म्होयत्यांनी वर्ग सुरू केलं. मग पाटलांनी काय केलं, म्हाईत हाय?"

मी म्हटलं, "काय केलं?"

"त्यांनी बगा असा डाव केला..." असं म्हणून तो सांगू लागला, "ह्या परवानगीबिरवानगीच्या फंदातच पडायचं न्हाई म्हनालं."

"आणि?"

"आणि काय? शाळेची बिल्डिंगच बांधायला घेतली! आजूबाजूच्या चाराठ गावातनं देणग्या गोळा केल्या हुत्या. विकास सोसायटीनंबी पैसं दिलं– झालं की लाखाचं भांडवल."

मी विचारलं,"पण परवानगी नसताना इमारत बांधायला घेतली?"

"अहो, त्योच तर डाव हुता! बिल्डिंग तयार करायची आणि उद्‌घाटनाला मंत्र्याला बोलवायचं. खुद्द मंत्र्यानं उद्‌घाटन केल्यावर परवानगी घ्या म्हणून खातं मागं लागंल म्हणाला!"

मी विचारलं, "मग उद्‌घाटन केलं काय?"

"केलं काय?" असं म्हणून एक हात पुढं करून तो म्हणाला, "लव्याजम्यासह मंत्री आला! शाळेच्या नावाची चांगली वीस फूट पाटी लावली– म्हात्मा गांधी हायस्कूल! शिडीवर चढून मंत्र्यांनी हार घातला. टाळ्यांचा गजर झाला. खात्याचे डायरेक्टरबियरेक्टर तर पाटीकडं बघत टाळ्या वाजवत होते! कचाकच फोटू काढलं. पेपरात सगळीकडं छापलं आणि झाली की हो शाळा सुरू!"

"आणि परवानगी?"

"खातंच परवानगी घेऊन लागलं मागं आणि सांगायची गोष्ट म्हंजे मंत्र्यानीच वरनं जाब विचारला."

मी म्हटलं, "कुणाला?"

"संबंधित अधिकाऱ्यांस्नी हो!"

"काय म्हणून?"

"काय म्हणून?" असं बोलून तो म्हणाला, "एक वर्षभर परवानगीचं हे प्रकरण का रेंगाळलं? ही दिरंगाई का केली ह्याचा सत्वर खुलासा करावा!"

मी म्हटलं, "शाबास!"

तो म्हणाला, "अहो, काय शाबास? दोन-तीन अधिकारी सस्पेंड झालं की त्यात!"

मी विचारलं, "मोहिते पार्टीनं काय केलं नाही?"

"त्यांनी केला की आरडावरडा! पेपरात लेख लिवलं. विधान परिषदेत प्रश्न विचारलं. मंत्र्यानं उत्तर दिलं– चौकशी चालू हाय–झाली की तोंडं गप! काय करत्यात?"

"मग आता दोन हायस्कुलं आहेत गावात?"

तो म्हणाला, "सांगतो तरी ऐका. गावात एकाला दोन हायस्कुलं झाली बरं का– मुलं मिळवायचाच प्रश्न पडला हो! मग पाटलांनी काय केलं? आपल्या शाळेत पोरं यावीत म्हणून रोज एक अंडं पोरास्नी द्यायचं काढलं... फुकट हं! कुक्कुटपालन हुतंच... त्यांनी अंडी सुरू केली. लगेच म्होयत्यांनी ह्यावर तोडगा काय काढला?"

"काय?"

"अहो, त्यांनी आपल्या 'दूधगंगा' प्रकल्पातनं रोज एक माप दूध पोरास्नी फुक्कट द्यायला सुरुवात केली! म्हणाले, प्या दूध!"

मी हसून म्हणालो,"पाटलांच्या शाळेत अंडी आणि यांच्या शाळेत दूध!"

"तर हो!" म्हणून तोही हसून बोलला,"अहो, काय सांगू गंमत आता– अहो, काही चांडाळ पोरं. तिथं अंडी खाऊन ह्या शाळेत दूध प्यायला जायाची आणि काही हितं दूध पिऊन तिकडं अंडी खायला जायाची! वशिलेबाजी हो! कशाच्या शाळा आणि काय!"

मी म्हटलं, "काय झालं?"

तो सांगू लागला, "शिक्षणापेक्षा हे राजकारण आणि गावच्या भानगडीच शाळेत सुरू झाल्या. दोन्ही पार्ट्या जोरात, एकमेकांच्या शाळा बंद कशा पडतील ह्या नादाला लागलं बगा ते!"

मी विचारलं, "म्हणजे काय करू लागले?"

"काय करू लागले?" असं विचारून तो म्हणाला,"निनावी अर्ज करायचं, मास्तर फोडायचं."

"अर्ज कसले केले?"

"अहो, काय बी उठवायचं! अमक्या तमक्या बाईबरोबर फलाण्या मास्तरचा संबंध हाय. खात्यांनी चवकशी करावी... खोटंच हं."

मी विचारलं, "मग खातं काय करायचं?"

"खातं तर काय शानं? कुणीतरी एक अधिकारी येऊन जाबजबाब घेऊन जायाचा. कशाची चवकशी आणि कशाचं काय! सगळा खेळखंडोबाच की हो! मास्तरांस्नी धमक्या सुरू झाल्या."

"धमक्या?"

"तर हो! साध्या न्हवं. बऱ्या बोलानं गाव सोडा; न्हाईतर खांडोळी करू!"

"बापरे!"

"अहो, सांगायची गोष्ट म्हंजे, म्होयत्यांच्या शाळेतले चार मास्तर पाटलांनी पळवून लावले!"

"आणि ते पळाले?"

"अहो, काय करत्यात तर! राती अपराती घरावर धोंडं या लागलं आणि पोरीबाळींची वाट आडवू लागलं. एकदा तर असं झालं–"

मी म्हटलं, "काय केलं?"

"अहो, काय सांगू आता! तऱ्हा तऱ्हा सगळी राव! हे पाटील पार्टीनं ह्यांचं मास्तर असं पळवून लावलं आणि मग म्होयत्यांनी चंग बांधला! पाटलांच्या शाळेचे एक हेडमास्तर होते देशपांडे म्हणून. एका टग्यानं काय घाट घातला? त्याच्या बायकूला हळदी-कुंकवाला बोलवायचं आणि धमकी द्यायाची!"

"काय म्हणता?"

"म्हणत न्हाई सांगतो – बोलीवलं की हळदीकुंकवाला! तिन्हीसांजंच येळ. बाई आपली नटूनथटून, नथबीथ घालून आली. 'या' म्हणाले – घरात कोण बाईमाणूस न्हाई, काय न्हाई – एकाला चारजण दैत्यागत बसल्यालं! आत घेऊन दार झाकलं."

मी पुढं झुकून म्हणालो, "आणि?"

"आणि बगा बाईची पाचावर धारण बसली! लागली लाटलाट कापायला– चार बोकड आणि एक शेळी हो! काय करनार? पर त्यांनी तसं काय केलं न्हाई. हातात कुंकवाची पुडी देऊन म्हणालं, 'ह्यो कुक्कू घेऊन गाव सोडायचं; न्हाईतर पंदरा दिवसांत रांडमुंड करू. हाना गाडी!'

"मग काय झालं? सोडलं गाव?"

"अहो, तिसऱ्या दिवशी! वर आणि देशपांडे मास्तर म्होयते पार्टीला हात जोडून म्हणाला– केसबीस काय करू नका. साक्षी पुराव्याला आणि कोर्टात चकरा मारायला नकोत!"

मी म्हटलं, "खरंच आहे ते. कुठं कोर्टकचेरी करीत बसंल बिचारा. शिवाय बायकोला कोर्टात जावं लागलं असतं!"

"तर हो! पिंजऱ्यात उभा ऱ्हायची पाळी!"

मी विचारलं, "मग यांनी पाटलांचे किती मास्तर पळवले?"

"त्यांनी चार, ह्यांनी चार! पण बायका मतूर सगळ्यांच्या पळून गेल्या बरं का?"

"म्हणजे, सगळ्यांनी आपली बिऱ्हाडं हालवली?"

"व्हय, त्या हळदीकुंकवापासनं सगळी हादरलीच हो!"

हे सगळं ऐकून मी विचारलं, "शिक्षक नाहीत, तर मग शाळा कशा चालतात?"

"त्या चालतात की–"

"कशा?"

"अहो, हे गेलं की दुसरं येत्यात, आणि दुसरं गेलं की तिसरं – बेकारीला काय आपल्या देशात तोटा आहे व्हय? ही ये-जा सारखी सुरू हाय बघा –"

मी हसून म्हणालो, "मग झकास चाललंय म्हणायचं हे!"

"आणि गंमत सांगतो की!"

"काय?"

"पालकानं पार्टी बदलली म्हणजे लगेच पोरांची शाळा बदलायची बगा. सारखं ह्या शाळेतनं त्या शाळेत आणि त्या शाळेतनं ह्या शाळेत. ही एक आवकजावक सारखी सुरूच बगा!"

मी विचारलं, "पण पालक का पार्टी बदलतात?"

"आता का?" असं म्हणून खानगोंडानं कपाळावर थोपटल्यासारखं करून म्हटलं, "अहो, कुणाला सोसायटीत कर्ज पायजे असतं, कुणाला कसला वर वशिला लावायचा असतो, कुणाचं काय, कुणाचं काय, असतंच की हो – "

मी म्हणालो,"बरोबर आहे. मग असं चाललंय तर?"

"हां, हे अजून संपलं नाही–"

"अजून आणि काय?"

"काय?" असं विचारून तो म्हणाला, "दोनी शाळा ह्या अशा! आणि त्यांच्यात खेळांच्या स्पर्धा ठेवल्या!"

मी कपाळाला हात लावून म्हणालो, "शाबास!"

"का स्पर्धा ठेवल्या म्हाईत हाय काय?"

"का?"

तो हसून सांगू लागला, "तेढ कमी व्हावी, आता होऊ नयेत त्या दोन शाळा झाल्यात तर त्या दोन्ही शाळांत सलोखा निर्माण व्हावा म्हणून काही गावकऱ्यांनी ही अक्कल चालवून ढाल ठेवली आणि ह्या अशा स्पर्धा झाल्या म्हणता!"

मी म्हटलं, “कशा झाल्या?”

“आता काय सांगावं!... चार म्हैन्यामागं जर तुमी गावात आला असता, तर एकाचं डोस्कं शाबूत दिसलं नसतं, का तुमाला कुनाचा हात आणि पाय धड दिसला नसता!”

मी विचारलं, “हाणामारी झाली?”

“अहो, साधी का काय! टेबलावर अशी ढाल ठेवून तिच्या साक्षीनं मारामारी केली!”

“मग ढाल कुणी जिंकली?”

“तिचं काय झालं आणि ती कुठं गेली, हे अजून समजलं न्हाई. कोन म्हणतंय ढाल पाटलाकडं हाय. कोन म्हणतंय ढाल म्होयत्यांनी ढापली आणि कोन म्हणतंय ढाल गावच्या सोनारानं पळवली. खरं-खोटं देवाला दक्कल! त्या मारामारीत ती पसार झाली.”

मी विचारलं, “पण मारामारी झाली कशावरून? कारण काय घडलं?”

“काय कारण आणि काय!” असं म्हणून तो सांगू लागला, “पैलाच दिवस बरं का?... सामना कबड्डीचा होता. पैला निकाल पंचानं दिला आणि गावकरी घुसलं की हो मैदानात. त्या पंचाच्या एका निकालानं सगळा निकाल लागला बगा! तोंडातोंडीवरनं लगेच गुद्दागुद्दी सुरू झाली.... काही पोरांनी तर संधी साधून काही मास्तरांचं हातपाय मोडून ठेवलं! आणि दोन्ही पार्ट्या तर एकमेकांवर तुटूनच पडल्या! हे रणकंदन माजलं. अगदी घनचक्कर झाली म्हणाना!”

मी हसून विचारलं, “तुम्हांला काही प्रसाद!”

“पळताना पाय मुरगळला तेवढाच— बाकी वाचलो!”

“मग आता कशा चालल्या आहेत शाळा?”

“आता शाळेचं काय इचारता? अहो, कालेज काडायचं चाललंय!”

मी त्याबरोबर कपाळावर हात मारून घेत म्हणालो, “कॉलेज!”

“एक नाही एकदम तीन-आर्टस्, सायन्स आणि कॉमर्स का काय ते....”

“धन्य! धन्य!”

“आणि सांगायची गोष्ट अशी.... असं म्हणून तो बोलला, “ह्या दोन्ही शाळा वस पडल्यात वस!”

“का?”

“त्याचं असं झालं...” असं म्हणून तो सांगू लागला,— “ह्या दोन-दोन शाळांची तेढ अशी पराकोटीला गेल्यावर आणि डोस्की फुटाय लागल्यावर आता गावात नागरी संघटनेची एक तिसरी पार्टी जन्माला आलीया...”

मी हसून विचारलं, “मग आता तिसरी शाळा काढली काय?”

"काडली असती, पर दोन धड चालत न्हाईत आणि मग तिसरीला कशी परवानगी देतील?"

मी हसून म्हटलं, "टोलेजंग इमारत बांधायची आणि मंत्र्याच्या हस्ते उद्घाटन करायचं!"

"ते त्यांनी केलं असतं हो; पर नागरी संघटना म्हणती ह्या शाळेच्या कारभारात राजकारण आनायचं न्हाई– त्यांनी निराळंच काडलंय—"

"काय?"

"ह्या दोन्ही शाळांवर भईष्कार टाकून आपली पोरं तालुक्याच्या शाळेला धाडायची"

"मग पाच-सहा मैल लांब जातात मुलं?"

तो म्हणाला, "जाईना तर काय करत्यात? झक् मारत जात्यात बगा! गावात एकाला दोन शाळा असताना, गावची सगळी पोरं गेल्या जूनपासनं पायडल मारत आणि तंगड्या तोडत ह्या तिसऱ्या शाळेला जातात! कसा हाय इत्यास मग शाळेचा आमच्या?"

"झकास! द्या टाळी," असं म्हणून मी हात पुढं केला आणि म्हणालो, "आता पुन्हा याल, तेव्हा कॉलेजचा इतिहास सांगायला हवा!"

●

शंकर पाटील यांचं ग्रामीण 'माणूस' समजावून घेण्याचं कसब
दाखवणारे कथासंग्रह

फक्कड
गोष्टी

शंकर पाटील

पाटलांच्या कथेतील एक स्वर दु:खाचा आहे, तर एक स्वर प्रसन्न
हास्य खुलवणारा आहे. तसं पाहिलं तर विनोदी कथा लिहायची म्हणून
शंकर पाटील यांनी लिहिलेली नाही. हास्याची अनंत बीजं असणाऱ्या
विविध जाणिवांतील गमतीदार विसंगती ह्या त्यांच्या कथांतील मध्यवर्ती
घटना आहेत. त्यातच हास्यबीजं ठासून भरलेली आहेत. मराठी कथेत
व्यंगचित्राचा घाट लाभलेल्या कथांची भर टाकण्याचे श्रेय शंकर
पाटलांनाच द्यावे लागेल.

The humorists are the wise men of the world
because the most forcible way
to impart truth is through laugh.

शंकर पाटील या दृष्टीनं एक चतुर, खट्याळ आणि मिस्कील
कथालेखक आहेत. त्यांच्याच या फक्कड गोष्टी.

अस्सल मराठमोळ्या खमंग चुरचुरीत कथा

खुळ्याची चावडी

शंकर पाटील

पाटलांचं सारं साहित्यविश्व शब्दकळेच्या लावण्यानं
रसरशीत, चैतन्यमय आणि सालंकृत झालेलं आहे.
म्हणूनच त्यांच्या साहित्याला अस्सल मराठी मातीचा
सुवास लाभला आहे आणि रसरंगगंधानं
ते चुरचुरीत खमंग झालं आहे.
त्यांची खास मराठमोळी भाषा, गतिमान
निवेदन आणि चटपटीत संवाद यांच्या
लयकारीत एक खास शैली आहे.
त्यामुळं ते मराठी ग्रामीण कथेचे एक शैलीदार,
कसदार शिल्पकार म्हणून मान्यता पावले
असून त्यांनी मराठी कथाविश्व समर्थ, समृद्ध
आणि श्रीमंत केलं आहे. या साऱ्या
गुणधर्मामुळं त्यांच्या साहित्याला लोकमान्यता
आणि राजमान्यता मिळाली आहे.

पावसाची विविध रूपं चित्रित करणाऱ्या कथा

वळीव

शंकर पाटील

पावसाचं आणि शंकर पाटलांचं एक नातं आहे. ते एकदा म्हणाले होते, 'पाऊस म्हणजे माझा जिवलग दोस्त! उन्हाची खाई उसळली की माझी तगमग सुरू होते. अगदी गुदमरल्यासारखं वाटतं; पण पाऊस एकदा का कोसळू लागला, की माझ्या चित्तवृत्ती उल्हसित होतात.'
त्यांचं म्हणणं खरं आहे. 'आभाळ', 'वळीव' अशा कितीतरी कथांतून पावसाची विविध रूपं त्यांन चित्रित केली आहेत. झिमझिम पाऊस, ताशा बडवीत राहिलेला पाऊस, काठी टेकत येणारा पाऊस, धुवाधार पाऊस, थट्टेखोर पाऊस, गारांचा सडा टाकून घेरणारा पाऊस... पण पाऊस अंगावर झेलण्यात एक अपूर्व आनंद आहे! मला विनोबांची पावसातली एक सभा आठवते. पाऊस झिमझिम पडू लागला तशी ते म्हणाले होते, 'मला विलक्षण आनंद होतो आहे. जणू परमेश्वरच आपल्या सहस्त्रधारांनी या धरतीला कडाडून मिठी मारत आहे. पावसाचा स्पर्श म्हणजे परमेश्वराचा स्पर्श!'

- भालचंद्र फडके